பைல்ஸுக்கு பை பை!

பைல்ஸுக்கு பை பை!

டாக்டர் பி. நந்திவர்மன்

நலம்

பைல்ஸுக்கு பை பை!
Pileskku Bye Bye!

Dr. P. Nandivarman ©

First Edition: December 2007
112 Pages
Printed at Repro Knowledgecast Limited, Thane.

ISBN: 978-81-8368-604-4
Title No. Nalam 040

Nalam
177/103, First Floor,
Ambal's Building, Lloyds Road,
Royapettah, Chennai 600 014.
Ph: +91-44-4200-9601

Email : support@nhm.in
Website : www.nhm.in

Author's Email: nandhiyellow@yahoo.co.in

Nalam is an imprint of New Horizon Media Private Limited

எனது பெற்றோர் பி.ஜீவலிங்கம்-வசந்தா
ஆகியோருக்கு.

உள்ளே

முன்னுரை

குறைந்த செலவுக்குள் அடங்கி விடக்கூடிய மூலநோய் சிகிச்சைக்காக முப்பதாயிரம் முதல் நாற்பதாயிரம் ரூபாய்வரை செலவு செய்தும் பிரயோஜனம் இல்லை என்று சிலர் சொல்வதைக் கேட்கும் போதெல்லாம் மனத்துக்கு வேதனையாக இருக்கும்.

மக்கள் அதிகமாகக் கூடுகின்ற பொதுஇடங்களில் சுவர்களில் ஒட்டப் பட்டிருக்கும் மூல நோயா? பிஸ்டுலாவா? அறுவைச் சிகிச்சையில்லை, பத்தியமில்லை. டெஸ்டிங் பீஸ் மிகக் குறைவு. மருந்து செலவுகள் தனி... என்றெல்லாம் நயமான வார்த்தைகளைப் பார்த்து மயங்கி, ஏமாந்து துன்பத்தை வளர்த்துக் கொண்டு இறுதியில் அரசு மருத்துவ மனைகளில் வரிசையில் காத்துக் கொண்டிருக்கும் பலரது அல்லலைப் பார்த்து என் போன்ற மருத்துவர்களால் அனுதாபப்படாமல் இருக்க முடியவில்லை.

மூலநோயால் இன்னும் எத்தனை ஆயிரம் மக்கள் போலிகளை நம்பி ஏமாறப்போகின்றனரோ?

மக்களுக்கு விழிப்புணர்வை ஏற்படுத்தும்வகையில், மூலநோய் பற்றிய முழுமையான தகவல்கள் அடங்கிய புத்தகம் எதுவும் இல்லாதநிலை எனக்கு ஆச்சரியமளித்தது. அதனால்தான் மூலநோய் என்றால் என்ன? பவுத்திரம் என்றால் என்ன? மலச்சிக்கல் என்றால் என்ன? என்பன போன்ற பல விஷயங்களை அறிவியல் அடிப்படையில் எல்லாரும் புரிந்து கொள்ளும் வகையில் எளிய தமிழில் இந்த நூலை எழுதியிருக் கின்றேன்.

இந்த நூல் விவரங்களில் சந்தேகமோ, கூடுதல் விவரங்களோ தேவைப் பட்டால் தயங்காமல் என்னை நேரிலோ, கடிதம் அல்லது தொலைபேசி வாயிலாகவோகூட அணுகலாம்.

மூலநோய் பற்றி விரிவாக ஆய்வு செய்ய உதவிகரமாக இருந்த எனது பேராசிரியர்கள் டாக்டர் பாஸ்கரன் செல்வபதி, டாக்டர் மோகன் ஆகியோருக்கு என்றென்றும் நன்றிக்கடன் பட்டிருக்கிறேன்.

இந்த நூலாக்கத்தில் உறுதுணையாக இருந்த என் மனைவி பத்மாவதி, ஆர்வத்தோடு படிகளைப் படித்து அவ்வப்போது என்னை ஊக்கப் படுத்திய எனது மகள்கள் லக்ஷனா, சிந்துஜா ஆகியோருக்கும் நன்றி.

அன்புடன்,

டாக்டர் பி.நந்திவர்மன் எம்.பி.பி.எஸ்., எம்.எஸ்.,
வசந்தா நர்சிங்ஹோம், 45, சஞ்சீவராயன் கோயில் தெரு,
பழைய வண்ணாரப்பேட்டை,
சென்னை- 600 021.
போன்:044-25953987, 25955881.
செல்:93828 90750.

1. மூலம் – உள்ளே வெளியே

அது என்னங்க 'மூலம்'?

மனுதர்களைப் பாடாய்ப்படுத்துகின்ற மூலம்! நின்றால் உட்காரத் தோன்றும். உட்கார்ந்தால் 'சுளீர்' வலி; நிற்பதே தேவலை என்றிருக்கும். மனசு ஒரு வேலையில் ஓடாது. ஆபிஸ், வீட்டுவேலை என எதிலும் முழுமையாக ஈடுபட முடியாது. விசேஷம், நல்ல காரியம் என்று வெளியூருக்குச் சென்றால் 'பாத்ரூம்' எங்கயிருக்கு? என்றுதான் முதலில் விசாரிக்கத் தோன்றுகிறது. எல்லா அவஸ்தைகளுக்கும் காரணம் இந்த 'மூலம்' தான். யாருக்கு வரும்? ஏன் வரும்? நதிமூலம், ரிஷிமூலம் ஒன்றும் தெரியாது. ஆனால் ஒன்று. இதன் மூலம் நிறைய அவஸ்தைகள் வரும். அதுமட்டும் தெரியும்.

பஸ் ஸ்டாண்டுகள், ரயில் நிலையங்கள், பொதுக் கழிப்பறைச் சுவர்கள், ஆபாசப்படங்களை மட்டுமே திரையிடும் தியேட்டர் வாசல்கள், தமிழ்நாடு மின்வாரிய ஜங்ஷன் பாக்ஸ்கள், இன்னும் முக்கியமாக சிட்டி பஸ் ஸ்டாப்கள் ஒன்றுவிடாமல் மஞ்சள், ஊதா, சிவப்பு கலர்களில் சின்னச் சின்ன பிட்நோட்டிஸ் அடித்து 'கூச்சம் வேண்டாம், பயப்படத் தேவையில்லை. ரத்தம் சிந்தாமல் அதி நவீன சிகிச்சைகள். கன்சல்டிங் பீஸ் இருபது ரூபாய் மட்டுமே. மருந்துகள் விலை தனி' என்று மலிவு விளம்பரம் செய்திருப்பார்களே, அதே 'மூலம்' நோய் பற்றிதான் இப்போது சொல்லிக் கொண்டிருக்கின்றேன்.

எங்கேயாவது, 'கடுமையான வயிற்று வலியா, தலைவலி, காய்ச்சலா, ஜலதோஷமா... இல்ல இடுப்பில சுளுக்கா?... எங்க ஆஸ்பத்திரிக்கு வாங்க. சூப்பரான சிகிச்சை தர்றோம்ணு விளம்பர நோட்டிஸ்களைப் பார்த்திருக்கிறீர்களா?

அப்புறம் மூலத்துக்கு மட்டும் ஏங்க இப்படிப்பட்ட விளம்பரம் தற்றாங்க? அப்படியென்ன அது பயங்கரமான நோயா?

சாமி குத்தமா?

வெளியே தெரிஞ்சா வெட்கக்கேடு என்கிற அளவுக்கு கேவலமான விஷயமா?

மூலம் வந்தவங்களோட பழகினா மத்தவங்களுக்கும் அது பரவிடுமா?

மூலம் வந்தா உயிருக்கே ஆபத்தோ?

இந்த எல்லாக் கேள்விகளுக்கும் பதில் ஒன்றுதான்.

இல்லை. கண்டிப்பாக இல்லை. இல்லை. இல்லவே இல்லை.

இத்தனை இல்லைன்னு சொன்னதற்குப் பிறகும் இந்த மூல நோய்க்கு மட்டும் இத்தனை மலிவு விளம்பரங்கள், போலி மருத்துவர்கள், ஏமாற்று வைத்தியங்கள்?

இதற்குப் பதில் சொல்வதற்கு முன்பாக ஒரு சம்பவத்தை சொல்லி விடுகிறேன்.

போலி விளம்பரங்களைப் பார்த்து கண்டகண்ட மருந்துகளைச் சாப்பிட்டு, களிம்புகளைப் பூசிவிட்டு ஆயிரக்கணக்கான காசை, விரயம் செய்ததோடு உடலையும் ரணமாக்கிக் கொண்டு, கடைசியில் என்னிடம் வந்தார் ஒருவர்.

அவர் நன்கு படித்தவர். சமூகத்தில் அஸ்தஸ்தும், பல்வேறு மட்டங் களில் நல்ல பரிச்சயமும் உடையவர். பாவம், ஒரு வருடத்துக்கும் மேலாக மலம் கழிப்பதற்காக, கடுமையான அவஸ்தையை அனுபவித் துள்ளார். அவருக்குப் பல டாக்டர் நண்பர்கள் இருந்தபோதும் அவர்களை அணுகாமல், வெளிநாட்டு மாத்திரைகள், லேகியம், களிம்பு என்று ஒரு போலி மருத்துவரிடம் சிக்கி சிகிச்சை பெற்றுள்ளார். ஒன்றுக்கும் சரியாகவில்லை. நோய் கிட்டத்தட்ட முற்றிய நிலை.

விளக்கில் விழுந்த விட்டில்பூச்சிபோன்றநிலையில் என்னிடம் வந்தார். சிகிச்சையைத் தொடங்குவதற்கு முன்பாக, மூல நோய் பற்றி மேலே சொன்ன அத்தனை கேள்விகளையும் அவரிடம் கேட்டேன். சொன்னால் சிரிக்கக் கூடாது. அதற்கு அவர் என்ன பதில் சொன்னார் தெரியுமா?

'டாக்டர், தலைவலின்னா... ஒரு மாத்திரையைப் போட்டுட்டு பெண்டாட்டிகிட்ட, இல்லேன்னா பிள்ளைங்ககிட்டச் சொல்லி மண்டை வலித் தைலத்தைத் தடவிக்கலாம்.

வயித்து வலி, சுருக்குன்னா உங்களைப்போல டாக்டருங்களைப் பார்த்து, சட்டை பனியனை கழட்டி காட்டலாம். எனக்கு வலி 'அங்க' சார். அதை எப்படி கூச்சம் இல்லாமல் காட்டுவது?' என்றாரே பார்க்கலாம்!

இதுதாங்க 'மூலம்'. நோய்க்கு இல்லங்க; எல்லா பிரச்னைகளுக்கும்.

இந்த 'மூலம்' அவருக்கு மட்டுமல்ல. மூலம் என்றால், என்னவோ ஏதோ என்று பயந்துகொண்டு முறையாகப் படித்த டாக்டர்களைப் பார்த்து, சரியான நேரத்தில் சிகிச்சை எடுத்துக்கொள்ளாமல், கண்ட கண்ட போலிகளிடம் ஏமாந்து, அவலத்துக்கு ஆளாகும் அத்தனை பேர்களுக்குமானது.

உண்மையில், மிக மிக எளிதாகக் குணப்படுத்தக்கூடிய ஒரு நோய்தான் மூலம். நமது உடலில் இருந்து மலம் வெளியேறும் இடத்தில், ஆசனவாய்ப் பகுதியில் ஏற்படக்கூடிய ஒரு கோளாறு. தெளிவாகச் சொல்ல வேண்டும் என்றால், ஆசனவாய்ப் பகுதியில் இருந்து அசுத்த ரத்தத்தை இதயத்துக்கு எடுத்துச்செல்லும் சிரைகளில் ஏற்படக்கூடிய வீக்கத்தினால் உண்டாவதுதான் மூலம். ஆங்கிலத்தில் இதற்கு 'பைல்ஸ்' (கடிடூனுண்) என்பார்கள்.

உலகில் சரிபாதி பேர் தங்களது வாழ்நாளில் ஒருமுறையாவது மூல நோயால் பாதிக்கப்படுவதாக மருத்துவ ஆய்வுகள் தெரிவிக்கின்றன. பழங்காலத்திலேயே இந்த நோய் இருந்திருக்கிறது. அதற்கான சிகிச்சையும் இருந்திருக்கிறது.

மாறிவிட்ட இன்றைய வாழ்க்கைமுறையினால் பெரும்பாலான மக்களைப் பாதிக்கின்ற நோயாகவும் மூலம் உருவெடுத்துள்ளது. மூலத்தால் பாதிக்கப்பட்ட பலரும் வெளியே சொல்லத் தயங்கு வதாலும், தங்களுக்கு வந்திருப்பது மூலம் என்பதையே உணராதிருப்ப தாலுமே நோயின் தீவிரத்துக்கு ஆளாகின்றனர்.

பரம்பரையாக சிலருக்கு ஆசனவாய்ப் பகுதி ரத்தநாளங்கள் வலு வில்லாத நிலை, உணவில் நார்ச்சத்துக் குறைவால் மலச்சிக்கலுக்கு ஆளாகுதல், நீண்ட நேரம் உட்கார்ந்து கொண்டேயிருப்பது, உந்துதல் ஏற்பட்டவுடன் மலம் கழிக்காமல் அடக்கி வைத்திருப்பது எல்லாம் மூலம் நோய் உருவாவதற்கு காரணிகள். சிறுநீரை அடக்கிவைத்தால் சிறுநீரகத்தில் கல்அடைப்பு ஏற்படும் என்பதைத் தெரிந்து வைத்திருப்ப வர்கள்கூட மலத்தை அடக்கினால் மலச்சிக்கல் வரும்; தொடர்ந்து மூலத்தில் முடியும் என்பதை உணராமல் இருக்கின்றனர்.

மூலத்துக்கு முக்கிய காரணமான மலச்சிக்கலை மக்கள் அலட்சியப் படுத்துவதற்குக் காரணம் இருக்கிறது. நான்கு நாட்கள் மலம்

கழிக்காவிட்டாலும் ஐந்தாவது நாளில் பேதிக்கு மாத்திரை கொடுத்து நாலைந்துமுறை 'போனால்' சரியாகிவிடும் என்ற நினைப்புதான். மூலம் மட்டுமல்லாமல் இன்னும் பல்வேறு நோய்களுக்கு அடிப் படையே மலச்சிக்கல்தான்.

'நத்தை சாப்பிட்டால் மூலம் போகுமாம்'. இப்படிச் சிலர் சொல்லித் திரிகின்றனர். நல்ல வேடிக்கை. அறியாமையை பயன்படுத்தி காசு பார்க்கும்கூட்டம் அதிகரித்துவிட்டது. 'சாப்பாட்டில் காரத்தைக் குறை மூலம் சரியாகிவிடும்'- இது வீட்டிலேயே இருக்கும் சில அறிவுஜீவிகள் சொல்லும் அட்வைஸ். இதுவும் உண்மை கிடையாது.

தேவையற்ற கூச்சத்தால், தவறான சிகிச்சை எடுத்துக்கொள்பவர் களுக்கும் சிகிச்சையே எடுத்துக்கொள்ளாமல் கைப்பக்குவம் செய்தே பிரச்னையை பெரிதாக்கிக் கொள்பவர்களுக்காகவும் அப்படிப்பட்டவர் களைப் பற்றி அறிந்தவர்கள் இதைப் படித்து அவர்களுக்கு விழிப்புணர்வை ஏற்படுத்தவேண்டும் என்பதற்காகவே இந்தப் புத்தகம்.

மூலம் பற்றி இனி வரும் அத்தியாயங்களில் விளக்கமாகப் பார்க்கப் போகிறோம். அதற்கு முன்பாக இன்னும்சில வார்த்தைகள். அந்தக் காலங்களில் எல்லாம்...

எந்தக் காலம் தெரியுமா? நம் நாடு சுதந்திரம் அடைந்த சமயத்தில். அப்போதெல்லாம் அரசுத்துறை மருத்துவமனைகளிலும் மருத்துவத் துறையிலும் போதிய வசதியும் வாய்ப்பும் இல்லாததால் பலவிதமான கொள்ளை நோய்களுக்கு கூட்டம் கூட்டமாக மக்கள் பலியாகினர்.

அறுபது ஆண்டுகளுக்கு முன்பு இருந்த நிலை இப்போது இல்லை. சென்னை போன்ற நகரங்களுக்கு அமெரிக்க போன்ற பணக்கார நாடுகளில் இருந்தும். தரமான சிகிச்சை எடுத்துக்கொள்வதற்காக, நோயாளிகள் வந்து போகின்றதை பத்திரிகை மற்றும் செய்து ஊடகங் களில் பார்த்து அறிந்திருப்பீர்கள்.

மோசமான வியாதிகள் என்று சொல்லப்பட்டவைகளுக்கு எல்லாம் முழுமையான சிகிச்சைகள் வந்துவிட்டன. அடுத்தவரின் உடல் உறுப்பு களை எடுத்துப் பொருத்தி, ஒருவரைப் பிழைக்க வைக்கும் நவீன சிகிச்சைகள்கூட உள்ளன. இருந்தும், மக்கள் மனத்தில் இன்றைக்கும் இருக்கும். சில பிற்போக்கான எண்ணங்களால், எளிமையான சிகிச்சை யால் விரைவில் குணப்படுத்திவிடக்கூடிய மூலம் போன்ற எத்த னையோ நோய்களுக்கு தகுந்த நிவாரணம் பெறாமல், தேவையற்ற இம்சைகளுக்கு ஆளாகுபவர்கள் இருக்கத்தான் செய்கின்றனர். உடலில்

சில உறுப்புகள் பற்றி வெளிப்படையாகப் பேசுவதற்கும் அதில் ஏற்படும் பாதிப்புகள் பற்றி மற்றவர்களிடம் சொல்லி நிவாரணம் பெறு வதற்குமே தயங்குகின்றனர்.

மற்றவர்கள் தங்களைப் பற்றி என்ன நினைப்பார்களோ? இதையெல் லாம் டாக்டரிடம் காட்டலாமா? அந்தரங்கமான விஷயமாயிற்றே என்ன பிற்போக்கான எண்ணம்தான் காரணம். எல்லா விஷயங்களிலும் மற்றவர்களுடைய எண்ணங்களுக்கு மதிப்பு தரக் கூடாது.

மற்றொரு விஷயம்.

சிகிச்சை முறைகளில் நாம் எவ்வளவோ முன்னேறிவிட்டோம் என்று சொன்னேன் அல்லவா? உண்மை. அறிவியல் வளர்ச்சியால் இதெல் லாம் சாத்தியமானது என்றால், நாகரிக வளர்ச்சியால் பலப்பல புதிய நோய்களை வம்புக்கு இழுத்து வைத்துக்கொள்கிறோம் என்பதும் உண்மை.

உடலுக்கு ஏற்றுக்கொள்ளாத மேலை நாட்டு மற்றும் சீன உணவு வகைகளைச் சாப்பிடுதல், உடற்பயிற்சி இல்லாத சோம்பல் வேலை ஸ்டைல், இயற்கையை மீறிய வாழ்க்கை முறை போன்றவற்றினால், உயர் ரத்த அழுத்தம், நீரிழிவு, உடல் பருமன் ஆகிய விளைவுகளுக்கு ஆளாக வேண்டியதுதான். இந்த விளைவுகளால் ஏற்படக்கூடிய நோய் களில் ஒன்றுதான் மூலம். நமக்கு நாமே இழுத்து வைத்துக்கொண்ட நோய். நம் உடலில் நேரிடைப் பார்வைக்கு அகப்படாத ஆசன வாய்ப் பகுதியில் ஏற்படுவதாலேயே அதை யாருக்கும் சொல்லாமல் மூடி மறைக்கவேண்டியது இல்லை. அப்படிச் செய்தால், பிற்காலத்தில் பாதிப்பும், பிரச்னைகளும் அதிகமாகும்.

எப்படி? தொடர்ந்து படியுங்கள்.

2. ஆசனவாய் அமைப்பும் செயல்பாடும்

ஒரு நோய் எதனால் ஏற்படுகிறது? உடலின் பாகங்களை அது பாதிக்குமா? அப்படி பாதித்தால் உறுப்புகளின் செயல்பாடுகள் முடக்கப்படுமா? இந்தக் கேள்விகள் பொதுவாகவே எந்தவொரு நோயாளிக்கும் தோன்றும். மனத்தில் பயத்தையும் ஏற்படுத்தும். இந்த சந்தேகங்களுக்குத் தெளிவான விளக்கத்தைத் தரும் டாக்டரிடமே நம்பிக்கையுடன் சிகிச்சைக்கு வருகின்றனர். 'கைராசி' டாக்டர் என்றும் பெயர் சூட்டி அழைக்கின்றனர்.

ஆனால், இந்தப் பெருமையை எல்லாம் எதிர்பாராமல் நோயின் தன்மையை எடுத்துச்சொல்லி சிகிச்சை அளிப்பதோடு நோய் மீண்டும் வராமல் தவிர்ப்பதற்கான வழிமுறைகளைச் சொல்வதுதான் டாக்டர் களின் கடமை. இந்தக் கடமையை சரியாகச் செய்வதற்கு நோயாளிகள் ஒத்துழைப்பு மிக அவசியம்.

அவரவர் உடல்கூறுகளை அறிந்துகொண்டு மருத்துவ ஆலோசனை களை தவறாமல் பின்பற்றுவதோடு நோயாளிகளிடமிருந்து எதிர் பார்க்கப்படும் சிறந்த ஒத்துழைப்பாகும். அந்த வகையில் மூல நோயைத் தெரிந்துகொள்வதற்கு உடலில் ஆசனவாய், மலக்குடல் அமைப்பை இந்த அத்தியாயத்தில் தெரிந்துகொள்ளுங்கள்.

மலக்குடல் அமைப்பு

நம் உடலில் பெருங்குடலின் கடைசிப் பகுதியாக அமைந்திருப்பது மலக் குடல். மலக்குடலின் கடைசிப் பகுதி ஆசனவாய்.

மலக்குடல் சுவரானது மியூகோசா எனப்படும் சளிச் சவ்வினாலும், சப்மியூகோசா எனப்படும் துணைச்சளிச் சவ்வினாலும், உள்சுருள் தசை

மற்றும் வெளிநீள் தசை அடுக்கினாலும் ஆனது. மலக்குடலின் மொத்த நீளம் சராசரியாக பன்னிரெண்டு முதல் பதினைந்து செ. மீட்டர்.

மலக்குடலின் தோற்றத்தைப் பார்த்தால் அதில் மூன்று வளைவுகள் இருப்பது தெரிய வரும். மையத்தை நோக்கி அமைந்திருக்கும் வளைவு மற்றும் கடைக்கோடி வளைவுகள், மைய வளைவுகள் ஆகியவை. இவற்றின் மடிப்புகள் குழலிலிருந்து துருத்திக் கொண் டிருப்பதைப் போன்ற தோற்றம் தரும். இதில் மூன்று வால்வுகள் அல்லது தடுக்கிதழ்கள் உள்ளன. அவை:

- மேல் மலக்குடல் தடுக்கிதழ்
- நடுமலக் குடல் தடுக்கிதழ்
- கீழ்மலக் குடல் தடுக்கிதழ்

இந்தத் தடுக்கிதழ்கள் ஒரு பக்கம் மட்டுமே மூடித் திறக்கும். இவற்றின் மேற்பகுதியில் மலக்குடலும், சிக்மாய்டு குடலும் இணையும் குடுவை போன்ற பகுதி உள்ளது. இதை ரெக்டல் ஆம்புலா என்பர்.

கீழ்மலக்குடல் தடுக்கிதழை அடுத்து மலவாய் வளையம் அமைந்துள்ளது. ஒன்று முதல் ஒன்றரை செ.மீ. நீளம்வரை உள்ள இந்த வளையத்தில் ரம்பம் போன்ற வடிவிலான தசைக் கோடுகள் இருக்கின்றன. இவற்றை டெண்டேட் கோடுகள் என்கிறார்கள். இக்கோட்டிலிருந்து சுமார் இரண்டரை செ.மீ. நீளம் வரை உள்ள பகுதி மலவாயின் எல்லை. டெண்டேட் கோடு முதல் மலவாய் எல்லை வரையுள்ள பகுதிதான் மலவாய் எனப்படுகிறது.

ஆசனவாயின் அமைவிடம்

மலக்குடலின் நுனிப் பகுதிதான் ஆசனவாய். இதை மலவாய் அல்லது குதம் எனவும் அழைப்பார்கள். இதை தொட்டுப் பார்த்தால் சுருங்கி விரியக் கூடிய தடித்த சுருண்ட தசை அமைப்பை உணர முடியும். இது மலவாய் சுருக்குத் தசை அல்லது ஸ்பிங்டர் எனப்படுகிறது. மல வாய்க்கும், மலக் குடலுக்கு இணைப்புப் பாலமாக பயன்படுவது இந்த தசைதான். மலவாய் சுருக்குத் தசையை வெளிப்புற சுருக்குத் தசை, உட்புற சுருக்குத் தசை என இரு பிரிவுகளாகப் பிரிக்கலாம்.

உட்புறச் சுருக்குத் தசை அடுக்குகளாகவும் வெளிப்புற சுருக்குத் தசை நீளவாக்கிலும் விரியும் தன்மை கொண்டவை. இந்த சுருக்குத் தசைகளின் நெகிழும் தன்மை மற்றும் சுருங்கும் தன்மை பாதிக்கப் படும் போதுதான் ஆசனவாய்க் குழாய் வெடிப்பு போன்ற பல பிரச்னைகள் உருவாகின்றன.

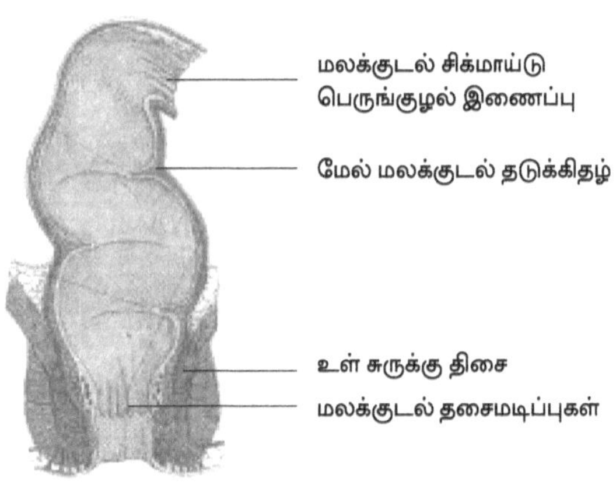

மலக்குழாயின் மலவாய் அமைப்பு

நீள வாக்கிலான சுருக்குத் தசையானது, மலக்குடலின் நீளமான தசைப் பகுதியின் தொடர்ச்சியாகும். இத்தசையின் ஆழமான கீழ்ப்பகுதி பிறப்புறுப்பு சார்ந்த மலக் குடல் வரை நீண்டு, அப்பகுதியை தூக்கி நிறுத்துகிறது. மலம் கழிக்கும் செயலையும் கட்டுப்படுத்துகிறது.

இத்தசை மிக இறுக்கமாக சுருங்கிக் கொள்வதால் ஆசன வாயைச் சுற்றி சீழ்க்கட்டிகள் போன்ற பிரச்சனைகள் உண்டாகும் போது அழுத்தத்தையும், கடுமையான வலியையும் உண்டாக்குகிறது. வெளிப்புற சுருக்குத் தசை பாதிப்பின் காரணமாக கட்டுப்பாடற்ற மலக்கழிவும், முக்கி மலம் கழிக்கும்போது தசைப் பிறழ்ச்சியும் உண்டாகின்றன.

வெளிப்புற சுருக்குத் தசையின் சில நாரிழைகள் வால் எலும்புடன் இணைக்கப்பட்டிருக்கும்.

இது ஆண்களில் முன்புறமாக ஆசன வாயைச் சூழ்ந்த தசையின் மையத்திலும், பெண்களில் பெண்ணுறுப்புச் சார்ந்த பகுதியிலும் சொருகி வைக்கப்பட்டிருப்பதைப் போல காட்சி அளிக்கும். இத்தசை யானது மலக்குடலின் முன்புறம் பெண்களுக்கு 5 முதல் 7.5 செ.மீ. நீளமும், ஆண்களுக்கு மலவாய்க்கு மேலாக 7 முதல் 9 செ.மீ. நீளமும் அமைந்திருக்கும்.

வெளிப்புற ஆசனவாய் சுருக்குத் தசையானது மலர்ந்த ரோஜா போன்று வெளிர் சிவப்பு நிறத்தில் காணப்படும்.

வெளிப்புற சுருக்குத் தசைக்கும், உட்புற சுருக்குத் தசைக்கும் இடை யில் போதுமான இடைவெளி இருக்கும். இது இண்டர்ஸ்பிங்டரிக் பிளேன் எனப்படும். இவ்வமைப்பு மிக முக்கியமானது. ஏனெனில்

இங்கு எட்டு முதல் பன்னிரெண்டு புறச் சுரப்பிகள் உள்ளன. இவை நோய்த் தொற்று பரவுவதற்கும், சீழ்ப்பிடித்து புரை உண்டாவதற்கும் அமைவிடமாக உள்ளன. ஸ்பிங்டர் தசையை அறுவை சிகிச்சை செய்வதற்கு மருத்துவர்கள் இந்த சுரப்பிகளுள்ள இடத்தில்தான் கீற லிட்டு சதையைத் பிளப்பார்கள்.

பிறப்புறுப்பு சார்ந்த பகுதியில் உள்ள நிமிர்த்தித் தசை முக்கியமானது. இதுதான் ஆசனவாய், மலக்குடல் ஆகியவற்றுக்கு இடையேயான கோணத்தைப் பாதுகாத்து, மலக்கழிவு தன்னிச்சையாக நடை பெறாமல் தடுக்கிறது. இத்தசைக்கும், வெளிப்புற சுருக்குத் தசைக்கும் நெருங்கிய தொடர்புண்டு.

ஆசனவாய்ப் பகுதி சளிச்சவ்வு

ஆசனவாயின் உட்பகுதியைப் பார்த்தால் வெளிர் சிவப்பு நிறத்தில் வழவழப்பான மெல்லிய சவ்வு ஒன்று காணப்படும். இதுதான் ஆசனவாயின் சளிச்சவ்வு. காலும்னார் என்ற செல் அடுக்குகளால் ஆன இந்த சவ்வு மலவாய் மலக்குடல் வழியாக நீண்டு செல்கிறது.

மலக்குடல் சார்ந்த ரத்த நாளங்கள்

மலக்குழாய்க்கு ரத்த ஓட்டமானது இறங்குகுடல் மலக்குடல் தமனி என்ற ரத்த நாளத்தின் கடைக்கோடி பகுதியில் இருந்து மேல் மலக்குடல் தமனி என்ற ரத்தக் குழாய் உருவாகி அது இரண்டாகப் பிரிந்து மலக்குடலுக்குள் நுழைகிறது.

இப்படி இரண்டாகப் பிரிந்த ரத்தக் குழாய்கள், மலக் குடலின் மேல் பகுதி மற்றும் கீழ்ப்பகுதிக்கு ரத்தத்தை எடுத்துச் செல்கிறது.

மலக்குடலின் கீழ்ப்பகுதிக்கு இடுப்புக்குழி உள்தமனி என்ற ரத்த நாளத்திலிருந்து பிரிந்து மத்திய மலக் குடல் தமனியானது மலக்குடல் மலவாய் வளையப் பகுதிக்குள் நுழைந்து மலக்குடலின் கடைசிப் பகுதிக்கும், ஆசன வாயின் மேற்பகுதிக்கும் ரத்த ஓட்டத்தைக் கொடுக் கிறது.

பிறப்பு உறுப்புகளின் உள் ரத்த நாளங்களின் பிரிவான கீழ் மலக்குடல் தமனி மூலம் மலவாய்ப் பகுதிகள் ரத்த ஓட்டத்தைப் பெறுகின்றன.

மலக்குழாய் சார்ந்த சிரை அமைப்பு

உடலில் இருந்து அசுத்த ரத்தங்களை எடுத்துச் செல்பவை தான் சிரைகள் எனப்படுகின்றன. தமனிகளில் சுத்த ரத்தம் உறுப்புகளுக்கு கொண்டு வரப்படும் என்பதும், உறுப்புகளில் இருந்து கெட்ட ரத்தம் இதயத்திற்கு சிரைகள் வழியாக கொண்டு செல்லப்படும் என்பதும்

உங்களுக்குத் தெரியும்.

மலக்குடலில் அமைந்துள்ள தமனிகளைப் போலவே சிரைகளும் மேல், மைய மற்றும் கீழ்ப்பகுதி என மூன்று அடுக்காக அமைந்துள்ளன. மலக்குடலின் கீழ்ப்பகுதி மற்றும் மலவாய் கால்வாயின் மேல்பகுதி ஆகியவற்றின் கழிவுகள் மத்திய மலக்குடல் சிரை என்ற அசுத்த ரத்தக் குழாய் மூலம் வெளியேறி பிறகு இடுப்புக்குள் உள் சிரை என்ற அசுத்த ரத்தக் குழாய் வழியாக மண்டலச் சுற்றோட்ட ரத்தக் குழாயில் போய் சேர்ந்து கொள்கிறது.

மலவாய்க் கால்வாயின் அசுத்தக் கழிவுகள், பிறப்புறுப்புகளின் சிரைகள் மூலம் வெளியேறி பிறகு கீழ் மலக் குடல் சிரை வழியாக இடுப்புக் குழி உள் சிரை என்ற சிரையில் கலந்து, இறுதியாக மண்டல சுற்றோட்ட ரத்தக் குழாயை சென்றடைகிறது. டெண்டேட் எனப்படும் ரம்ப உரு கோட்டுக்கு மேலாக உட்புற மூலக் காரணி அடுக்குகள் என்ற உபச் சளிச் சவ்வினாலான மூன்று அடுக்குகள் உள்ளன. அவற்றின் உட்புறக் கழிவுகள் உள்மூலக் காரணி சிரை என்ற ரத்தக் குழாய்கள் மூலம் வெளியேறி மலக்குடல் சிரை என்ற சிரைக் குழாயில் கலக்கிறது.

அதேபோல டெண்டேட் கோட்டுக்குக் கீழ்ப்பகுதியில் வெளிப் பக்கமாக அமைந்த பகுதிகளின் கழிவுகள் வெளி மூலக் காரணி சிரைகள் என்ற ரத்தக் குழாய்கள் மூலம் வெளியேறி பிறகு மறை உறுப்புகளின் சிரைக் குழாய்க்குப் போய் சேருகிறது. சிரைகள் வழியாகத்தான் பெரும்பாலும் புற்றுநோய் போன்றவை பிற பகுதிகளுக்கு விரைவாகப் பரவுகிறது.

மலக்குடல் மற்றும் மலக்குழாய் நரம்புகள்

மலக்குடல் நரம்புகளை எடுத்துக் கொண்டால் இடுப்புக் கூட்டின் சிறுநீர்ப் பாதை, பாலுறுப்புகளுக்குச் செல்லும் நரம்புகள், பரிவு நரம்புகள், இணைப்பிரிவு நரம்புகள் ஆகியவற்றின் பிரிவுகளாக இவை இருக்கின்றன.

தன்னிச்சையான புற அமைப்பு, சுருக்குத் தசை மற்றும் மல வாயைச் சுற்றியுள்ள தோல் ஆகியவை கீழ்ப்புற மலக் குடல் நரம்புகளான எஸ்-2, எஸ்-3, எஸ்-4 ஆகிய நரம்புகளால் நரம்பூட்டம் பெறுகின்றன. இந்த நரம்புகளுக்கு பாலுறுப்பு நரம்புகள் என்று பெயர். இவ்வாறே இடுப்புக் குழி, வயிற்றுப் பகுதி நரம்புகளுடன் பின்னிப் பிணைந்துள்ள நரம்புகள் அனைத்தும் ஆசனவாய்ப் பகுதிக்கு நரம்பூட்டம் அளிக்கின்றன.

நாளமில்லா சுரப்பிகள்

உடல் முழுவதும் ரத்த ஓட்டம் போலவே பாய்ந்து கொண்டிருக்கும் நிறமற்ற அல்லது லேசான மஞ்சள் போன்றுள்ள ஒரு திரவத்திற்குத் தான் நாளமில்லா சுரப்பி நீர் அல்லது நிணநீர் என்று பெயர்.

ரத்தமானது நாளங்கள் வழியாகக் கொண்டு செல்லப்படும். ஆனால் இத்திரவம் தோன்றிய இடத்திலிருந்து நாளம் இல்லாமலேயே பிற இடங்களுக்குப் பரவும். இவை மிகவும் அத்தியாவசியமான திரவ மாகும். இத்திரவத்தை சுரக்கும் சுரப்பிக்கு நாளமில்லா சுரப்பி என்று பெயர்.

மலக்குடலின் மேல்பகுதி மற்றும் நடுப்பகுதியின் நிணநீர்க் கழிவுகள் கீழ்க்குடல் இணையக் கணுக்கள் என்னும் நிணநீர் கணுக்களில் சேர்க்கப்படுகிறது. கீழ்ப்பகுதி மலக் குடலின் நிணநீர்க் கழிவுகள் இலியாக் முடிச்சுகள் எனப்படும் நிணநீர்க் கணுக்களில் சென்று சேர் கிறது. மலவாய்க் கால்வாயின் நிணநீர்ச் சார்ந்த கழிவுகள், டெண்டேட் கோட்டுக்கு மேலாக, மேற்புற மலக்குடல் நிணநீர்க் குழாய்கள் மூலம் கீழ்க்குடல் இணைய நிணநீர்க் கணுக்களுக்கும் அல்லது வெளிப்புறமாக சென்று இடுப்புக் குழியின் உட்புற நிணநீர் முடிச்சுக்குச் சென்று சேர்கிறது.

டெண்டேட் கோட்டுக்கு கீழுள்ள பகுதிகளின் நிணநீர்க் கழிவுகள் ஆரம்பத்தில் இன்குவைனல் நோட்ஸ் எனப்படும் வயிற்றடி கணுக் களில் சேர்க்கப்பட்டு, பிறகு கீழ் அல்லது மேல் மலக்குடல் நிணநீர்க் கணுக்கள் என்னும் நிணநீர் முடிச்சுகளை சென்றடைகின்றன.

இப்படித்தான் மலக்குடல் மற்றும் ஆசனவாய்ப் பகுதியின் அமைப்புகள் மற்றும் செயல்பாடுகள் இருக்கின்றன. ஒரு முறை படித்தால் இவற்றை புரிந்து கொள்வது மிகவும் சிரமமாக இருக்கும். ஆகவே பொறுமையாக, நிறுத்தி நிதானமாக இரண்டு மூன்று முறை படித்தால் இந்த அமைப்பு உங்களுக்கு எளிதாகத் தெரியும்.

மலவாய்த் தசைகளின் முக்கியத்துவம்

மலக்குழாய் மற்றும் இடுப்புக்கூட்டுத் தசைகள் மலக் குடலை உள்ளடக்கியிருப்பதோடு அதிக சிரமமில்லாமல் கழிவுகளை அகற்றவும் பயன்படுகிறது. இந்த தசைகளின் ஒருங்கிணைப்பில் உடலியல் மற்றும் செயல்பாடுகளில் ஏதேனும் பாதிப்பு ஏற்பட்டால் தொடர்ச்சியான மலக் கழிவு அல்லது மலச்சிக்கல் போன்ற பிரச்னைகள் ஏற்படும்.

கூபகப் பகுதி தசையில் தளர்ச்சி உண்டானால் மலக் குடல் சார்ந்த

ஆசன வாயின் முழூ செயல்படும் பாதிக்கப்படும். இதனால் அதிகமான விரிசல் உண்டாகலாம்; அல்லது தசைப் பிறழ்ச்சி போன்ற பிற தொந்தரவுகள் ஏற்படலாம்.

அதிகமான சிரமத்துடன் மலம் கழிக்க முற்படும்போது முன் பக்கமுள்ள பிறப்புறுப்புப் பகுதி சார்ந்த சுருக்குத் தசை அல்லது ஆசனவாய்த் தசைகளில் பிறழ்ச்சி ஏற்படக் கூடும். மலச்சிக்கல் அல்லது தொடர்ச்சியான மல ஒழுக்கு என வரும் நோயாளிகளைப் பரிசோதித்தால் இத்தகையச் சிக்கல்களில் ஏதேனும் ஒன்று இருப்பது தெரிகிறது.

இப்போது நவீன பரிசோதனை முறைகளும், சிகிச்சை முறைகளும் வந்து விட்டதால் எத்தகையப் பிரச்னைகளையும் உடனுக்குடன் சரி செய்து விடலாம். இவ்வாறு கூறுவதால் பிரச்னை வந்தால் பார்த்துக் கொள்ளலாம் என எடுத்துக்கொள்ளக் கூடாது.

பிரச்னையால் வராமல் ஒவ்வொருவரும் பார்த்துக் கொள்ள வேண்டும்; தவிர்க்க முடியாத பட்சத்தில் சிறப்பான சிகிச்சைகள் உள்ளன என்று எடுத்துக் கொள்ள வேண்டும்.

மலக்குழாய் பிரச்னையின்போது பரிசோதனை

மலக்குழாய் சார்ந்த பிரச்னைகள் வந்தால் மருத்துவரிடம் பரிசோதனை மேற்கொள்ள பல நோயாளிகள் தயங்குகிறார்கள். இது தவறானது. மருத்துவர் தவறாக நினைப்பார். அல்லது ஆசன வாயைப் பரிசோதித்துக் கொள்வது அசிங்கம் என்றெல்லாம் நினைக்கும் போக்கு பலரிடம் உள்ளது.

மருத்துவர் என்பவர் நோயாளியின் நோயைப் போக்குவதை மட்டுமே தனது முதற் கடமையாகவும், மொத்தக் கடமையாகவும் நினைத்து செயல்படுபவர் என்பதால், யாரும் தயங்காமல் பரிசோதனை மேற் கொள்ளலாம்.

இந்தப் பகுதியில் உண்டாகும் பிரச்னைகளை நோயாளி கூறும் நோய்த் தகவல் அடிப்படையில் மட்டுமே சரி செய்து விட முடியாது. பாதிப்பின் அளவு, நோயாளிக்கு அளிக்க வேண்டிய சிகிச்சை முறை ஆகியவற்றை முறையான பரிசோதனையின் மூலம் மட்டுமே மேற்கொள்ள முடியும். இதுவும் மற்ற பரிசோதனைகளைப் போன்றதே என்ற மனப் பக்குவத்திற்கு நோயாளி வர வேண்டும்.

ஆசன வாயைப் பரிசோதிப்பதற்கு ஆசனவாய் நோக்கி உள்ளது. ஒரு சிறிய மெத்தையின் மீது நோயாளியைப் படுக்க வைத்து புட்டப் பகுதியை லேசாக உயர்த்தி இந்தக் கருவி மூலம் பரிசோதிக்க

வேண்டும். முழங்கால் மற்றும் முழங் கையை ஊன்றிக் கொண்டு மண்டியிட்ட நிலையில் நோயாளியை இருக்கச் செய்து பரிசோதிக்க வேண்டும்.

மலவாய் மலக்குடல் பகுதியை ப்ரோக்டோஸ்கோப்பி கருவி மூலம் பரிசோதிக்கலாம். மூலநோய் போன்றவற்றையும், ஊசி மூலம் சிகிச்சையளிக்கும் போதும் ப்ரோக்டோஸ்கோப்பி பரிசோதனை மேற்கொள்ளப்படும்.

இவ்வாறே சிக்மாய்டோஸ்கோப்பி கருவியின் மூலம் பரிசோதனை மேற்கொள்ளும்போது மலக்குழாய்க்குள் தசை நசிவுகள் ஏதேனும் இருந்தால் கண்டறியலாம். மலக்குடல் புற்று, புரைப்புண், ஆசனவாய்த் தசை வெடிப்பு ஆகியவற்றை அறிந்து கொள்ளவும் இப்பரிசோதனை அவசியமாகிறது.

மலக்குழாய் சார்ந்த பிரச்னைகள் எவ்வாறு வருகின்றன என்பதை முதலாவது அத்தியாயத்தில் படித்திருப்பீர்கள். மூல நோய் என்றால் என்ன? அது எவ்வாறு உருவாகிறது என்பதைப் பற்றி அடுத்த அத்தியாயத்தில் விவரமாகத் தெரிந்து கொள்ளுங்கள்.

3. மூலநோய்

ஆசனவாய் மற்றும் மலக்குடல் தொடர்பான எல்லாவித நோய்கள், குதப்பகுதியில் உள்ள தசைப் படுக்கை, சீழ் மூலம் அல்லது பிஸ்டுலா எனப்படும் புரைப்புண் (பவுத்திரம்), சீழ்க் கட்டி எனப்படும் ஆசனவாய்க் கட்டி, பிஸ்ஸர் எனப்படும் ஆசனவாய் வெடிப்பு போன்ற அனைத்தையும பொதுவாக பைல்ஸ் என்றுதான் நினைக்கிறார்கள்.

அசுத்த ரத்தத்தைக் கொண்டு செல்லும் ரத்தக் குழாயில் ஏற்படும் முடிச்சுகளால் நாளங்கள் மலத்துவாரம் வழியாக வெளியே நீட்டிக் கொண்டு வருவதுதான் மூலநோய். இத்தகைய முடிச்சுகள் ஆசனவாய் அருகில்தான் உண்டாகின்றன. இதை நடைமுறையில் பைல்ஸ் என்பதற்கு அர்த்தமாகப் பயன்படுத்துகிறார்கள்.

பைல்ஸ் என்பது ரத்தக் குழாய்களின் வீக்கம் குதம் மற்றும் அதைச் சுற்றியுள்ள பகுதிகளிலும் காணப்படும் ரத்தக்குழாய்களில் இது போன்ற வீக்கம் ஏற்படுகிறது.

நமது கால்களில் உள்ள ரத்த நாளங்கள் சில வேளைகளில் வீங்கிப் புடைத்து காணப்படும். இதை வெரிகோஸ் வெய்ன் என்பார்கள். இதைப் போன்று குதப் பகுதியில் உள்ள அசுத்த ரத்தத்தை மலக்குடல் பகுதியிலிருந்து கொண்டு செல்லும் சிரை ரத்த நாளங்கள் வீங்கிப் புடைத்து வெளியே தெரிவதுதான் பைல்ஸ் அல்லது மூலம்.

இந்த நோய் ஆதிகாலம் முதற்கொண்டே இருக்கிறது. இதை கிரேக்கர்கள் ஹெமராய்ஸ் என்ற பெயரில் அழைத்தார்கள். 'ஹெய்மா' என்றால் ரத்தம் என்றும், 'ரூஸ்' என்றால் கசிதல் என்றும் பொருள்.

இப்போது நாம் பைல்ஸ் என்கிறோமே, அது பைலஸ் என்ற லத்தீன்

மொழிச் சொல்லில் இருந்து வந்தது. 'பைலா' அல்லது 'பைலஸ்' என்பதற்கு பந்து என்று பொருள். ரத்தநாளங்கள் வீக்கமடைந்து ஆசனவாய்க்கு வெளியே உருண்டையாக துருத்திக்கொண்டு இருப்பதால் இந்தக் காரணப்பெயர் பெற்றது.

ஆசனவாய் சார்ந்த ரத்த நாளங்கள் (சிரைகள்) பாதிப்படைந்து தளர்தல் அல்லது விரிவடைதல் என்பதுதான் மூலம் என்ற சொல்லுக்கான உண்மையான பொருளாகும். இத்தகைய மூலநோய்க் கட்டிகள் ஆசனக் குழாயின் உட்புறமாகவோ, வெளிப்புறமாகவோ ஏற்படக் கூடும்.

எப்படியெனில் ஆசனவாயின் வலது புறம் இரு ரத்தக் குழாய்கள் இருக்கின்றன. இவை ஆசனவாயின் மேற் பகுதியில் உள்ள ரத்தக் குழாய்ப் பின்னல்களின் வழியாக மேல் நோக்கிச் சென்று, கீழ்க் குடலில் உள்ள ரத்தக் குழாய்களுடன் கலக்கிறது.

ஆசனவாயின் அருகில் ஏதோ ஒரு காரணத்தால் இவ்விரு ரத்தக் குழாய்களும் வீங்கிப் புடைத்தும், வளைந்தும் போகின்றன. நாளடைவில் தடித்து கட்டி போல உருமாறுகிறது. இதுவே மக்களால் மூலக் கட்டி என அழைக்கப்படுகிறது. இது குதத்திற்கு உள்ளே இருப்பதும் உண்டு அல்லது வெளியே நீட்டிக் கொண்டு வந்து விடுவதும் உண்டு.

இன்னும் தெளிவாகக் கூற வேண்டுமானால், மலக் குடலில் இருந்து பிரிந்து வரும் மூன்று தமனிகளும், சிரைகளும் வலை போன்று இறுக்கமாக பின்னிப் பிணைந்திருக்கும். அப்பகுதியில் சளிச் சவ்வுப் பள்ளக்கோடுகள் மூன்று இடங்களில் சேர்ந்திருக்கும். ஏனல் குஷன்கள் எனப்படும் இவற்றை சளிச் சவ்வு மூடியிருக்கும்.

இவை அனைத்தும் மேற்புற மலக்குடல் தமனிக் கிளைகள் அமைந்துள்ள ஆரம்ப இடத்தில் கூட இருக்கலாம். சுருங்கவும் விரியவும் வசதியாக இருக்கக்கூடிய இந்த மென்மையான சவ்வு அடுக்கான ஏனல் குஷன்கள் கருநிலையிலேயே காணப்படும்.

மென்மையான தசைப்படுக்கையில் சிரைகள் இறுக்கப்பட்டிருக்கும் நிலையில் அப்பகுதியில் மூன்று சிறிய வீக்கம் அல்லது துருத்தல் இருப்பது எல்லோருக்குமே இயல்பு. இது பார்ப்பதற்கு பட்டன் போன்று இருக்கும்.

கடிகாரமுள்கள் மூன்று - ஏழு - பதினொன்று ஆகிய எண்களைக் காட்டிக் கொண்டிருப்பது போல இந்த மூன்று சிரை துருத்தல்களும் இருக்கும். இதைத் தவிர, சினைப் பின்னலில் இருந்து மற்ற சிறு சிறு

துருத்தல்களும் இருக்கும்.

இவற்றின் பயன் என்னவென்றால், மூலநோய்க் கட்டிகளாக மாறும் முக்கிய சிரைகளை அறுவை சிகிச்சை மூலம் அகற்றிய பிறகு, இவை வளர்ந்து அவற்றின் பணிகளை மேற்கொள்ளும்.

அதாவது ஏனல் குஷன் அமைப்பு மென்மையானதாக இருந்தாலும் ஆசனவாயை மிகவும் கட்டுப்படுத்தும் திறன் கொண்டது. தொடர்ந்து தன்னிச்சையாக மலம் கழியாமல் தடுப்பதற்கு இது மிக முக்கியம். இந்தக் குஷன் இறுக்கமாகப் பிடித்துக் கொண்டால் இதன் வழியே வாயு கூட வெளியேற முடியாது. இதனால்தான் அபாண வாயு பிரிவதுபோல இருந்தாலும் தேவைப்படாத இடங்களில் அதை கட்டுப்படுத்தவும் தேவையானபோது வெளி விடவும் முடிகிறது.

இந்த குஷன் பாதிக்கப்படாமல் பார்த்துக்கொள்ள வேண்டும். மலச்சிக்கல் போன்ற தொல்லைகள் ஏற்படும் போது அதிகமாக முக்க வேண்டிய நிலை உண்டாகும். நாளடைவில் இதனால் பாதிக்கப்பட்டு பிறழ்ச்சி அடைந்து இந்த குஷன்கள் கீழ்நோக்கி சரிந்து விடுகின்றன. இதுதான் மூலக்கட்டியாக மாறுகிறது.

மூலநோயின்போது ரத்தம் வருவது ஏன் தெரியுமா?

ஏனல் குஷன் சரிந்த நிலையில் இருக்கும்போது அதன் மீதுள்ள சளிச் சவ்வானது தொடர்ச்சியான மலச்சிக்கல் போன்ற காரணங்களால் தேயத் துவங்கும். இதனால் அப்பகுதியில் புண் உண்டாகும். மலச்சிக்கலால் மலம் இறுகி, சளிச்சவ்வின் புண் வழியே வரும்போது உராய்ந்து புண்ணிலிருந்து ரத்தக் கசிவை உண்டாக்கும். இதனால்தான் மூலநோயின்போது ரத்தம் வருகிறது.

உள் மூலம், வெளி மூலம்

உள் மூலம், வெளி மூலம் என்பது என்னவென்றால், உட்புற மூலக் கட்டிகளை உருவாக்கும் சிரைகள் மல வாய்க்கு கீழே இறங்கி வரும் நிலையில் விரிவடையும் போது குதப் பகுதியில் உள்ள சுருக்குத் தசையால் இறுக்கமாகப் பிடித்துக் கொள்ளப்படுகின்றன. இதனால் மலம் தன்னிச்சையாகக் கழியாது. ரம்ப உரு எனப்படும் வரிப் பள்ளத்திற்கு மேற்பக்கம் இருக்கும் ஏனல் குஷன் சிரைகள் வீங்கி விடும். ஆசன வாய்க்கு உள்ளேயே இருக்கக் கூடிய இந்த நிலைக்கு உள் மூலம் என்று பெயர். உட்புறமாக இருக்கும் மூலத்தைச் சுற்றி ஆசனப் பகுதி சளிச் சவ்வு இருக்கும்.

இதைத்தான் நாம் முதல் நிலை, இரண்டாம் நிலை, மூன்றாம் நிலை, நான்காம் நிலை எனப் பிரிக்கிறோம். இதைப் பற்றி பிறகு விரிவாகக் கூறுகிறேன்.

ரம்ப உருக் கோட்டுக்கு கீழே ஏற்படுவதை வெளி மூலம் என்கிறோம். ஆசன வாய்க்கு வெளியே வந்து விடும் தன்மை பெற்றது இந்த மூலம். இதை டிகிரியாக பிரிக்க முடியாது. வெளிப்புற மூலத்தைச் சுற்றி ஸ்குவாமஸ் அடுக்குத் தசைகள் இருக்கும்; இவை இரண்டும் இணைந்த நிலையில் இருப்பதை உள் வெளி மூலம் என்கிறோம்.

நோய் உருவாகும் இடம்

மலவாயிலுள்ள ஏனல் குஷன்ஸ் எனப்படும் மென்மையான அடுக்கில் மெல்லிய சதைகள், சளிச்சவ்வுகள், ரத்த நாளங்கள் ஆகியவை உள்ளன; இவை மூன்றும் மல வாயினில் மூன்று பட்டன்களை போல அமைந்திருக்கும்; இவைதான் சுலபமாக, எளிதாக மலம் கழிக்க உதவுகிறது என்பதை ஏற்கனவே குறிப்பிட்டுள்ளேன்.

மலச்சிக்கல் உள்ளவர்கள் சுலபமாக மலம் கழிக்க முடியாமல் மிகுந்த கஷ்டப்பட்டு மலத்தை வெளியேற்ற முக்கும் பொழுது மல வாயில் பட்டன் போன்றுள்ள ஏனல் குஷன்களில் அமைந்துள்ள ரத்த நாளங்கள் ஒவ்வொரு முறையும் வெளி வந்து விரிவடையும். இந்த நிலை நீடித்து, நாளடைவில் வீங்கி மூலக் கட்டிகளாகின்றன. இதைத்தான் மூலநோய் என்கிறோம் என்பதையும் குறிப்பிட்டுள்ளேன்.

இதை இன்னும் விளக்கமாகக் கூற வேண்டுமானால் மலவாயில் உட்பக்கமாக 4 செ.மீ. வரை ஸ்பிங்ட்டர் என்ற சுருக்குத் தசை உள்ள தல்லவா? இதுதான் மலம் கழிக்கும் செயல்களை முறைப்படுத்துகிறது.

மலம் கழிக்க வேண்டும் என்ற நிலை ஏற்பட்டதும் மூளையின் ஆணைப்படி இது தளர்வாக இருந்தால் மலத்தை வெளி அனுப்பும். இறுக்கமாகி விட்டால் மலச்சிக்கல் ஏற்படும். மலச்சிக்கலின் காரணமாக முக்கும்போது ஏனல் குஷன்கள் பிறழ்ச்சியடைந்து மூலக் கட்டிகள் உருவாகும். ஆக ஏனல் குஷன் பகுதியில்தான் மூலக் கட்டிகள் உருவாகும்.

உள்ளே வெளியே

மூல நோயின் ஆரம்ப நிலையை உள் மூலம் என்கிறோம். மூலக்கட்டி தோன்றி வெளி வராமல் ஆசன வாயின் உட்புறத்திலேயே இருக்கும். உள்ளிருந்து அவ்வப்போது வெளியில் வந்து செல்லும் மூலத்தையும் உள்மூலம் எனலாம். இத்தகைய மூலம் பலருக்குப் பரவலாகக் காணப் படுகிறது.

மருத்துவப் பரிசோதனையின் போது இதை ஆராய்ந்தால் மலக் குழாய் வளையங்களுக்கு சற்று கீழே சிவந்த நிறத்தில் அல்லது பழுப்பு நிறத்தில் மூலக் கட்டிகள் இருப்பது தெரிய வரும். பல்வேறு அளவுகளில் காணப்படும் இவை சளிச் சவ்வால் மூடப்பட்டிருக்கும்.

உள்பக்கத்திலிருக்கிற சிரைப் பின்னல்களில் இத்தகைய பாதிப்பு ஏற்பட்டால் வெளிப்புற சிரைப் பின்னல் அமைப்பிலும் பாதிப்பு ஏற்படும். சில வேளைகளில் மூலக் கட்டிகள் உள்ளே இல்லாமல் வெளிப்புறத்தில் மட்டும் தோன்றும். இதை வெளி மூலம் என அழைக் கிறார்கள்.

ரம்ப உரு அமைப்பு மற்றும் ஆசனவாயின் வெளிப்புற அடிப் பகுதி ஆகிய இடங்களில் காணப்படுகிறது. இந்த நிலையின் போது கட்டிகள் தோலால் மூடப்பட்டு இருக்கும். இதில் நார்த் திசுக்கள் தோன்றாத நிலையில் நீல நிறத்திலான சிரைகள் காணப்படும். வெளிப்புற மூல நோயானது நாட்பட்ட நிலையில், கட்டி வளர்ச்சியடைந்த நிலையில் தோன்றுவதாகும்.

வகைகள்

மூலக்கட்டிகளின் தோற்றம் மற்றும் அளவு போன்றவற்றை அடிப் படையாகக் கொண்டு, இவற்றை பொதுவாக நான்கு வகைகளாகப் பிரித்திருக்கிறார்கள் என்பதை முன்பே தெளிவுபடுத்தியுள்ளேன். அவை:

முதல் டிகிரி

முதல் டிகிரி என்பது குதப் பகுதியின் பின்புறப் பாதைப் பகுதியில் காணப்படும் மிகச் சிறிய வீக்கத்துடன் காணப்படும் கட்டிகளாகும. இந்த நிலையில் மூலக் கட்டி வெளியே தெரிவதில்லை என்பதோடு, அதனால் சிரமமும் ஏற்படுவதில்லை. பலருக்கு சாதாரணமாக வரக் கூடியது. தாய் தந்தையருக்கு இருந்தால் மரபு வழியாக வரும். முதல் டிகிரி மூலத்தின்போது ரத்தக் கசிவு மட்டும் இருக்கும்.

இரண்டாவது டிகிரி

இரண்டாவது டிகிரி மூலம் என்பது தடிப்பு பெரிதாகி மலம் கழிக்கும் போது மலத்துவாரத்திற்கு வெளியே ரம்ப உரு அமைப்பைத் தாண்டி மூலக் கட்டி வெளியே வந்து பின்னர் தானாகவே உள்ளே போய்விடும் நிலையாகும். இந்த நிலையின் போது ரத்தப் போக்கும், தொடர்ச்சியான மலச் சிக்கலும் இருக்கும்.

மேற்கண்ட இரண்டு டிகிரிகளின்போதும் பாதிப்பின் அளவு கடுமையாக இருக்காது என்பது ஆறுதலான செய்தி.

மூன்றாவது டிகிரி

மூன்றாவது டிகிரி மூல பாதிப்பின்போது வெளியே வந்த மூலக் கட்டி உள்ளே போகாமல் வெளியே தொங்கிக் கொண்டு இருக்கும். ஏதோ கொத்துக் கொத்தாக தொங்குவது போன்ற உணர்வும், தொட்டுப் பார்த்தால் மூலக் கட்டிகள் இருப்பதும் தெரிய வரும்.

மலம் கழிக்க முக்கும்போது ரத்தம் வந்து கொண்டே இருந்தாலும் இக்கட்டிகளை விரல்களால் உள்ளே தள்ளி விட்டால் உள்ளே சென்று விடும்.

நான்காவது டிகிரி

நான்காவது டிகிரி மூலத்தின்போது வெளியே வந்திருக்கும் மூலக் கட்டிகளை தள்ளி விட்டாலும் உள்ளே போகாமல் அப்படியே நிலைத்திருக்கும். நான்காம் வகையை பிறழ்ச்சியடைந்த மூலம் எனக் கூறுகிறார்கள். சில சமயம் மிகப் பெரிய கட்டியாகவும் வெளிப் பகுதியில் இருப்பதுண்டு. இதில் வீக்கமும், புண்ணும் மிகையாகும்.

முதல் இரண்டு நிலைகள் அவ்வளவு தீவிரமற்றவை. சிறிய அளவில் மூலக் கட்டிகள் இருக்கும்வரை வலி தெரியாமல் மலம் கழிக்கும் போது மட்டும் வலி ஏற்படக் கூடியதாக இருக்கும். அவற்றை அப்படியே வளர விட்டால் பாதிப்பு அதிகமாகும்.

அவை வளர்ந்து மூன்று மற்றும் நான்காம் நிலைகளாகும் போது சிக்கலான நிலைகளான கட்டுப்படாத ரத்தக் கசிவு, வலி, எரிச்சல், நமைச்சல் என தொல்லைப்படுத்தி விடும். கூடவே புண், திசுக்கள் அழிவு, சீழ்ப்பிடித்தல் ஆகியவை உண்டாகும்.

மூலக் கட்டியினுள் ரத்தக் கட்டுகளும், சீழ்க் கட்டிகளும் உண்டாகி வலியை அதிகப்படுத்துவதால் பெரிய அளவிலான பாதிப்புகள் ஏற்படும். சீழானது கல்லீரலுக்குச் சென்று விட்டால் மரணம் கூட உண்டாகும். இதை தவிர்ப்பதற்கு உடனடியாக சிகிச்சையளிக்கப்பட வேண்டும். வெளிப் பகுதி மூலக்கட்டியின்போது சிகிச்சையளித்தால் சில வேளைகளில் ஆசனவாய் குறுகி மலம் வெளி வருவது தடைபடக் கூடும். தாங்க முடியாத வலியை உண்டாக்கும்.

அறிகுறிகள்

பெரும்பாலான மூலநோய்க் கட்டிகள் அறிகுறிகள் எதுவும் இல்லாமலேயே தோன்றுகின்றன; இவற்றை ஆரம்ப நிலை என்று கூறலாம். குறிப்பாகச் சொல்ல வேண்டுமானால் மூலக் கட்டிகளின் அறிகுறிகள் ஒவ்வொரு டிகிரிக்கு ஏற்ப வித்தியாசப்படுகின்றன.

ஒவ்வொருவருக்கும் ஒவ்வொரு விதமான அறிகுறிகள் தோன்று கின்றன. மூலநோய் மிதமாக இருப்பதற்கு ஏற்பவும், கடுமையாக இருப்பதற்கு ஏற்பவும் இந்த அறிகுறிகள் மாறுபடுவது உண்டு. அவற்றுள் குறிப்பிடத்தக்கவை:

மலம் கழிக்கும்போது வலியெடுத்தல்

மலம் கழிக்கும்போது ஆசன வாயைச் சுற்றி வலி அல்லது வேதனை தோன்றி நீண்ட நேரம் கடுமையாக நீடிக்கும்.

ரத்தம் கசிதல்

பச்சை ரத்தம் என்பார்களே, அது போன்று புதிய ரத்தம் கழிவாயி லிருந்து கசியும். பெரும்பாலும் இது மலத்தோடு கலந்திராமல், தனியாகவே கொட்டுவதுண்டு.

நமைச்சல்

ஆசனவாய் பகுதியில் தோன்றும் நமைச்சலானது நீண்ட நேரம் நீடிக்கும்.

- ஏதோ கட்டி வந்து கீழே தொங்கிக் கொண்டிருப்பது போன்ற உணர்வு
- ஆசன வாய்ப் பகுதியில் சளி போன்ற திரவம் கசியும். இதனால் அரிப்பு உண்டாகும்.
- மலம் கழிக்கும் போது சதை தட்டுப்படுவதும், சதையானது முட்டைப் போன்று வெளியில் தொங்குதல்

மேற்கண்ட நிலைகளில் தாங்க முடியாத அரிப்பும், இவற்றுடன் வலியும் இருக்கும்

நீண்ட நேரம் உட்கார்ந்திருத்தல்

மலம் கழிக்கச் சென்றால் மணிக்கணக்கில் சிலர் உட்கார்ந்து கொண்டிருப்பார்கள். எவ்வளவு நேரம் அமர்ந்திருந்தாலும் மலம் கழித்த திருப்தி இருக்காது. அடிக்கடி மலம் கழிக்க வேண்டும் என்ற உணர்வு இருந்து கொண்டே இருக்கும்.

கழிப்பறையில் சென்று அமர்ந்தால் எதுவும் வராது. மலத்தை வெளியேற்ற முக்கத் தொடங்கும்போது ஏற்கனவே வீங்கிப் பருத்த ரத்த நாளங்கள் வெளியே வரத் தொடங்கும். இதிலிருந்து சில சமயம் அதிகமான ரத்தக் கசிவு ஏற்பட்டு நோயாளிக்கு சங்கடத்தைக் கொடுக்கும்.

<h1 style="text-align:center">மருத்துவ ஆய்வின்போது தெரிய வருபவை</h1>

ரத்தப் போக்கு: மூலநோயின் துவக்க அறிகுறியாக ரத்தக் கசிவும், மலம் கழிக்கும்போது புது ரத்தமும் வெளியாகும். இந்த அறிகுறிகள் தொடர்ந்து மாதக் கணக்கிலோ, ஆண்டுக் கணக்கிலோ நீடித்திருப்பது பரிசோதனையின் போது தெரிய வரும்.

தசைப் பிறழ்ச்சி: இது அடுத்த கட்டமாகும். மலக்கழிவின் போது ரத்த நாளங்கள் புடைத்து வெளிவந்து பிறகு தானாகக் குறையும். இதை நோயாளியே சரிப்படுத்திக் கொள்ளலாம். சற்று வளர்ச்சியடைந்த நிலை ஏற்படும்போது மலம் கழிக்காத முன்பே பகல்பொழுதில்கூட தசைப் பிறழ்ச்சி ஏற்படலாம். இதனால் நோயாளி களைப்படைய நேரிடும். இச்சமயத்தில் மலக்குடலில் ஏதோ அடைத்துக் கொண் டிருப்பது போன்ற உணர்வு ஏற்படும். இதனால் உறுத்தலும் அசௌகரியமும் இருக்கும். ஆனால் இப்பாதிப்பினால் வலி இருக்காது.

கசிவு: தசைப்பிறழ்ச்சியுடன் தோன்றும் மூலநோயின் போது சளி போன்ற திரவக் கசிவு இருக்கும். இது வீங்கிய சளிச் சவ்விலிருந்தும், சில வேளைகளில் உணவு செரிமானத்தின் போது குடலால் சரியாக உறிஞ்சப்படாத நீராகவும் இருக்கலாம். இதைத் தொடர்ந்து தாங்க முடியாத அரிப்பு ஏற்படும்.

வலி: பிரச்னை அதிகமாக இருக்கும்போது வலி அதிகமாக ஏற்படும். இதை பரிசோதனையின்போது கண்டறியலாம். நோயாளிக்கு வலி ஏற்படுகிறதென்றால் ஒன்றுக்கு மேற்பட்ட மூலக் கட்டிகளோ அல்லது வேறுவிதமான ஆசனவாய் தொடர்பான பிரச்னைகளோ இருக்கக் கூடும்.

யார் யாருக்கு வருகிறது?

மூலநோய்க்கு வயது பாரபட்சம் இல்லை. சிறுவர்கள் முதல் குடுகுடு கிழவர்கள் வரையில் யாருக்கு வேண்டுமானாலும் மூலநோய் வரலாம்.

ஒரே குடும்பத்தில் உள்ள பலருக்கும் இந்நோய் உண்டாகலாம். இது போன்ற குடும்பத்தில் குழந்தை பிறக்கும்போதே ஆசனவாயில் உள்ள ரத்தக் குழாய்கள் வலுவில்லாமல் இருப்பதால் மூலம் உண்டாவது தெரிய வந்துள்ளது.

நாற்பது வயதுக்கு மேற்பட்டவர்களிடையே மூல நோய் வரும் வாய்ப்பு ஐம்பது சதவீதத்துக்கும் அதிகம். பொதுவாக ஆண்களை விட பெண்களுக்கு மூலநோய் பாதிப்பு அதிகமாக வருகிறது.

பள்ளிக்கூடம் படிக்கும் பருவத்திலிருந்தே மலச் சிக்கலும், உணவு முறை சரியான வகையில் அமையாதவர்களுக்கும், நீண்ட நேரம் உட்கார்ந்து கொண்டே பணி புரிபவர்களுக்கும் மூலநோய் பாதிப்பு ஏற்படுகிறது.

உங்கள் எடை, உடம்பு பருமன், உணவுத் திட்டம் எப்படி? குறைவாக தண்ணீர் குடிக்கின்ற பழக்கம் உள்ளவரா நீங்கள்? என்பன போன்ற நோய்த் தகவல்களின் அடிப்படையில் மூலநோயைக் கண்டறியலாம்.

காரணம், அதிக எடை கொண்டவர்களுக்கும், கர்ப்பிணிகளுக்கும், அதிகமாக எடை தூக்கும் பணியில் ஈடுபடுவோருக்கும் மூலநோய் வரும் வாய்ப்பு அதிகம்.

காரணம்

மலச்சிக்கல் அல்லது அதிகமான பேதியாதல் ஆகியவையே மூல நோய்க்கு முக்கிய காரணமாகக் கருதப்படுகிறது. கிருமிகளால் தோன்றும் வயிற்றுப் போக்கு, சீதள பேதி ஆகியவை காரணமாக ரத்த நாள வீக்கம் ஏற்படுகிறது. ஏனல் குஷன்ஸ் என்ற அடுக்குகள் கீழிறங்குதல், வீக்கமடைதல் ஆகியவையும் பிற முக்கியக் காரணங்க ளாகும். இவை தவிர பரம்பரை, சுற்றுச் சூழல், வயது, பாலினம், கருத்தரித்தல், சோம்பல், அடிக்கடி எனீமா எனப்படும் வயிறு சுத்தம் செய்து கொள்ளுதல், சளிச்சவ்வு அழற்சி, வாழ்க்கை முறை, உடல் பருமன், நார்ச்சத்து இல்லாமை, காலம் தாழ்த்தி மலம் கழிக்கும் பழக்கம் போன்றவற்றால் பரவலாக மூலக் கட்டிகள் வருகின்றன.

கர்ப்பிணிகள் கவனம்

கர்ப்பக் காலத்தில் மூலநோய் வருவது தவிர்க்க முடியாதது. சில கர்ப்பிணிகளுக்கு மூலக் கட்டி பெரிய அளவில் வரும். ஆசன வாய்க்கு வருகிற முக்கிய ரத்த நாளமானது வயிற்றில் வளர்ந்து வரும் குழந்தையின் பாரத்தினால் அழுத்தப்படும் போது மலக்குடல் ரத்த நாளத்தில் அழுத்தம் ஏற்பட்டு வீங்கி மூலக் கட்டியாக வெளியே வரும்.

இத்தகைய மூலக்கட்டிகள் சில கர்ப்பிணிகளுக்கு பிரசவத்திற்கு பின்னால் தானாகவே எந்த சிகிச்சையும் இல்லாமல் குணமாகி விடும். ஆனால் ஒரு சில கர்ப்பிணிகளுக்கும், உடல் பருமனாக இருந்து பிரசவித்த பெண்களுக்கும் பிரசவத்திற்குப் பிறகும் மூல நோயின் பாதிப்பு தொடர்ந்து நீடிக்கும். இவர்களுக்கு நிச்சயம் சிகிச்சை அவசியம் தேவைப்படும்.

சிலருக்கு மூல நோய் நிரந்தரமான பாதிப்பாக இருந்து விடும். சிலருக்கு மூலக் கட்டி ஆசன வாய்க்கு வெளியே நீட்டிக் கொண் டிருக்கும். இதை தள்ளி விட்டால் உள்ளே போய் விடும். உள்ளே தள்ளினாலும் போகாத மூலக் கட்டி தான் உயிருக்கே ஆபத்தானது.

நோயாளி தாமாகக் கண்டறிதல்

மேற்கொண்ட அறிகுறிகளைக் கொண்டு மூலக் கட்டிகளை அறியலாம். பலருக்கு இத்தகைய நிலை அடிக்கடி வந்து போய்க் கொண்டிருக்கும். சில வேளைகளில் தீவிரமாக ஏற்பட்டு அப்படியே நின்று விடுவதும் உண்டு. இத்தகைய நிலையில் மருத்துவ ஆலோசனை பெற வேண்டும்.

திடீரென எடை குறைவு, மலம் கழிக்கும் நேரங்களில் மாற்றம் ஏற்படுதல், சில வேளைகளில் கையுறைகளை அணிந்து கொண்டு மலத் துவாரத்தினுள் சோதித்துப் பார்த்தல் ஆகியவை மூலம் கண்டறிவதுண்டு.

தடுப்பு முறைகள்

பெரும்பாலான மக்களிடம் மூலநோய் சாதாரணமாகக் காணப்படும் ஒரு பிரச்னை. அதைத் தடுக்க வேண்டுமென்றால்,

- நிறைய காய்கறிகள், வாழைப் பழங்கள் சாப்பிட வேண்டும்.

- நிறைய தண்ணீர் குடிக்க வேண்டும்

- உடல் எடை அதிகமாக இருந்தால் மூலநோய் பாதிப்பு அதிக மாகும். எனவே எடை குறைக்கும் வழியை மேற்கொள்ள வேண்டும். தொடர்ச்சியாக உடற்பயிற்சி செய்வது நல்லது.

மூலநோய் இருப்பவர்கள் என்ன செய்ய வேண்டும்?

மூல நோய்க்கு முக்கியக் காரணமே மலச்சிக்கல்தான். அந்த மலச் சிக்கலுக்கு காரணம் - மலத்தை அடக்கி வைப்பது. நார்ச்சத்து கொண்ட உணவுகளை சாப்பிடாதது. அசைவ உணவை அதிகமாகச் சாப்பிடுவது போன்றவை தான். ஆகவே முதலாவது மலச்சிக்கல் ஏற்படாதவாறு பார்த்துக்கொள்ள வேண்டும்.

மூச்சை இழுத்துப் பிடித்து முக்கி மலங்கழிக்கக் கூடாது. அவ்வாறு மலம் கழிக்க இயலாவிட்டால் வெந்நீரில் டெட்டால் ஊற்றி உட்கார்ந்தால் கொஞ்சம் வலியும் வீக்கமும் குறையும். மலத்தை இளக்கமான முறையில் வெளியேற்றினால் மூலக் கட்டிகளால் வலி உண்டாகாது. மூலக்கட்டிகள் திரும்பவும் ஏற்படாது.

வயது வந்தோர் தினமும் பத்து முதல் பன்னிரண்டு தம்ளர் தண்ணீர் அருந்த வேண்டும். பெரும்பாலான நீர் சிறுநீராகக் கழித்தாலும் மீத மிருக்கும் நீர்ச்சத்து குடலை இளக்கி மலத்தை சுலபமாக வெளியேற்ற உதவும்.

எத்தகைய பானங்களையும் பருகலாம் என்றாலும், ஸ்ட்ராங் டீ மற்றும் காபி வகைகளை தவிர்த்துவிட வேண்டும். இவ்வகை பானங்களை அதிகமாக அருந்துவதைத் தவிர்த்து பழச்சாறுகள், நீர், காய்கறி சாறுகள் ஆகியவற்றை அதிகமாக அருந்துவது நல்லது. நார்ச்சத்து உணவை தவறாமல் உண்பதைப் போலவே தொடர்ச்சியாக உடற் பயிற்சி செய்து உடலை சுறுசுறுப்பாக வைத்துக் கொண்டால் மலச் சிக்கல் ஏற்படுவதை கூடுமான வரை தவிர்க்கலாம். வலி நிவாரணி போன்ற மாத்திரைகளை அடிக்கடி பயன்படுத்துவதை தவிர்க்க வேண்டும்.

மலம் கழிக்க வேண்டும் என்ற உணர்வு வந்த உடனே மலம் கழித்து விட வேண்டும். சிலர் இந்த உணர்வை அடக்கிவைக்கிறார்கள். இதனால் மலத்தின் அடர்த்தி அதிகரிப்பதோடு, வறண்டு மொத்தை யாக வெளிவரும் போது மலவாய்ப் பகுதியின் மென்தசைகளை கிழித்து விடுகிறது.

மூலக்கட்டி இருக்கும்போது மலம் கழிக்க வேண்டும் என்ற உணர்வு இருந்து கொண்டிருப்பதால், அடிக்கடி போய் கழிப்பிடத்தில் நீண்ட நேரம் உட்கார்ந்து கொண்டிருப்பதை தவிர்ப்பது நல்லது.

சமாளிக்கும் வழிமுறைகள்

மூல நோயின்போது மேற்கொள்ளப்படும் நிர்வாகம் என்பது முக்கியமாக மருத்துவருக்குத்தான் என்றாலும், அவரது கடமைகள் என்னவாக இருக்கும் என்பதைத் தெரிந்து கொண்டு ஒத்துழைப்பு கொடுக்க வேண்டியது அவசியமல்லவா?

மூல நோயின்போது ரத்த நாளங்கள் மலத் துவாரத்திற்கு வெளியே வந்து விடாமல் உள்ளுக்குள் தசை படுக்கையிலேயே இருக்கும் நிலையில் அதனால் அதிக பாதிப்பு ஏற்படாது என்பதை தெரிந்து கொண்டிருப்பீர்கள். இவை முதல் மூன்று டிகிரிகளின்போது காணப்படும் நிலைகளாகும். இவற்றின்போது குதப்பகுதியைச் சுற்றி அதிக நமைச்சல், ரத்தப்போக்கு மட்டுமே காணப்படும் என்பதால், இத்தகைய கட்டிகளை புறநோயாளிகளின் பிரிவில் நோயாளியை இருக்கச் செய்து ஊசி வழி சிகிச்சை மூலமோ, ரப்பர் பேண்ட் போடும் சிகிச்சை மூலமோ, அல்லது செங்கதிர் லேசர் முறையிலோ சிகிச்சை அளிக்கலாம். தேவைப்பட்டால் மேற்கண்ட அனைத்துவித சிகிச்சை

முறைகளையும் கூட்டாக இணைத்தும் சிகிச்சை அளிக்கலாம்.

ஊசி மூலம் சிகிச்சையானது உபசளிச்சவ்வு நார்த் திசுக்களைத் தூண்டி அவற்றைச் சுருக்கி குதப்படுக்கையில் சரியாகப் பொருந்தச் செய் கிறது. இதையே ரப்பர் பேண்ட் முறையில் செய்யும்போது மூலக் கட்டிகளை ரப்பர் பேண்டுகள் நெறித்து அகற்றி விடுகின்றன.

செங்கதிர் லேசர் என்ற நவீன முறையில் சிகிச்சை அளிக்கும்போது பாதிக்கப்பட்ட நாளங்களை சுத்தமாக தீய்த்து அகற்றிவிட இயலு கிறது.

இவையனைத்தும் மூலநோய்க் கட்டிகள் வெளிப் பகுதியில் வந்து பாதிப்பை உண்டாக்காதபோது மேற் கொள்ளப்படும்போது சிறப்பான பலன்களைத் தருகின்றன.

மூலநோய்க்கு சிகிச்சையளிக்கும் முன்பு நோயாளியை பரிசோதித்து, சிகிச்சைக்கு முன்பும் பின்பும் அவருக்கு என்ன விதமான விளைவுகள் நேரிடலாம், எத்தகைய சிகிச்சைகளை மேற்கொண்டால் அவருக்கு அதிக பாதிப்பில்லாமல் கட்டிகளை அகற்றலாம், என்னென்ன பக்க விளைவுகள் உண்டாகலாம் என்பதைப் பற்றியெல்லாம் தீவிரமாக ஆராய்ந்து சிகிச்சை முறையை அமைத்துக் கொள்ள வேண்டும்.

சில நேரங்களில் நோயாளிக்கு குதப் பகுதியில் புற்று நோய்க் கட்டிகள் அல்லது குதப் பகுதியில் மருக்கள் போன்ற கழலைகள் ஆகிய ஏதேனும் இருக்கக் கூடும். இதற்கு மூலத்திற்கு அளிக்கப்படும் சிகிச்சை அளிப்பது போதுமானதாக இருக்காது என்பதோடு, நோய் கண்டறிதலும் அவசியம்.

இத்தகைய நிலையில் ப்ராக்டோசிக்மாய்டோஸ்கோப் எனப்படும் மலக்குடல் மற்றும் பெருங்குடல் உள்நோக்கிக் கருவி மூலம் பரிசோதிக்க வேண்டும்.

மூலநோயைத் தூண்டுகிற அல்லது திரும்பவும் ஏற்படுத்துகிற நாட்பட்ட மலச்சிக்கல், மலம் கழிக்க இயலாமை போன்றவற்றை சரி செய்ய வேண்டும். பழங்கள், காய்கறிகள், நார்ச்சத்துப் பொருட்கள் ஆகியவற்றை நோயாளிக்கு பரிந்துரைத்து உண்ணச் செய்ய வேண்டும். மலத்தை இளக்கும் முறைகளையும் சொல்லித் தர வேண்டும்.

இவ்வளவும் துவக்கத்திலேயே சொல்லிக் கொடுத்து விட்டு இதில் சரியாகிவிட்டால் நோயாளிக்கு அறுவை சிகிச்சை எதுவும் தேவை யிருக்காது. இல்லாவிட்டால் பின் வரும் சிகிச்சை முறைகளில் எது நோயாளிக்கு ஏற்றதோ அதைச் செய்ய வேண்டும்.

மூல நோய்க்கான சிகிச்சைகள்:

1. ஸ்கெலிரோ தெரபி எனப்படும் ஊசி செலுத்தும் சிகிச்சை, 2. பேண்டிங், 3. க்ரைடோ தெரபி, 4. திறந்த அறுவை சிகிச்சை, 5. லேசர் சிகிச்சை.

இவற்றைப் பற்றி அடுத்த அத்தியாயத்தில் பார்க்கலாம்.

4. சிகிச்சை முறைகள்

மூலநோய் துவக்கக் கட்டத்தில் இருந்தால் மருந்து மற்றும் உணவு முறைகளின் மூலமே குணப்படுத்தி விட முடியும். சிகிச்சைக் காலத்தில் மலச்சிக்கல் வராமல் பார்த்துக்கொள்ள வேண்டியது மிக அவசியம்.

உணவு முறைகள் மற்றும் மருந்து மாத்திரைகள் தவிர, மூல நோய்க்கு

1. ஸ்கெலிரோ தெரபி எனப்படும் ஊசி செலுத்துதல்
2. பேண்டிங் எனப்படும் வளையமிடும் முறை
3. க்ரையோ தெரபி
4. திறந்த அறுவை சிகிச்சை
5. நவீன ஸ்டேப்லர் முறை மற்றும்
6. லேசர் சிகிச்சை

என ஆறுவிதமான சிகிச்சை முறைகள் உள்ளன.

நோயாளிக்கு எத்தகைய சிகிச்சை தேவை என்பது நோயாளியை முழு அளவில் பரிசோதனை செய்த பிறகே தெரிய வரும். அப்போதுதான் நோயாளிக்கு மூலத்தில் இருந்து முழு நிவாரணம் கிடைக்கும்.

ஸ்கெலிரோ தெரபி

ஸ்கெலிரோ தெரபி எனப்படும் ஊசி வழி சிகிச்சையானது முதல் மற்றும் இரண்டாம் நிலை மூல நோய்களுக்குப் போதுமானது.

சுத்தமான ப்ரூஸ் அண்டு த்ரோ ஊசியைப் பயன்படுத்தி மலக் குடல் சளிச்சவ்வுப் பகுதியை மலக்குடல் நோக்கி மூலம் பார்த்து,

மூலக்கட்டியின் அடிப்பகுதியில் அதாவது உபசளிச்சவ்வுப் பகுதியில் ஒரு சென்டி மீட்டர் ஆழத்தில் ஊசி செலுத்தலாம். முன்னரே கூறியது போல ரம்ப உரு அமைப்புக்கு மேலுள்ள சளிச்சவ்வில் நரம்புகள் இருக் காது. இந்த இடத்தில் ஊசி குத்துவதன் மூலம் வலி இருக்காது.

ரம்ப உருவுக்கு மேல் சளிச்சவ்வில் மூன்று முதல் ஐந்து மில்லி மீட்டர் ஆழத்தில் ஒவ்வொரு மூலக் கட்டியின் அடியிலும் இவ்வாறு ஊசி மூலம் மருந்து செலுத்தி சிகிச்சையளிக்கும் போது ரத்தம் உறை விக்கப்படுகிறது. ரத்த ஓட்டம் இல்லாததால் மூலக்கட்டி சில தினங்களில் தாமாகவே விழுந்து விடும். அல்லது சுருங்கி விடும்.

இம்முறையில் மூன்று முக்கிய மூலக்கட்டிகளில் ஊசி மூலம் ரத்தத்தை உறைய வைக்க இயலும். மற்ற மூலக் கட்டிகள் இருந்தால் ஆறு வாரத்திற்கு ஒருமுறை வீதம் மூன்று அமர்வுகளில் சிகிச்சை யளிக்கலாம்.

ஊசி குத்தும்போது முதலில் குதத்தின் கீழ்ப் பக்கம் இருந்து குத்துவது தான் சிறப்பானது. மேற்பகுதியிலிருந்து குத்தும்போது ரத்தக் கசிவு ஏற் பட்டால் கீழ்ப்பகுதியில் ஊசியை செலுத்த இயலாமல் போய் விடும்.

மூலக் கட்டிக்கு செலுத்தப்படும் ஊசியானது சுத்தமாகவும், செலுத்தும் போது சரியாகக் குத்தாவிட்டால் நோயாளிக்கு அசௌகரியங்கள் ஏற்படும்.

ரத்தக் கசிவு ஏற்பட்டால் விரல்களால் அழுத்தி நிறுத்தலாம்.

இந்த ஊசியை தவறுதலாக ஆழமாகக் குத்தி விட்டால் பக்கத்திலுள்ள புரோஸ்டேட் சுரப்பி பாதிக்கப்படவும், விந்து குழல் பாதிக்கப்படவும் வாய்ப்பு உண்டு என்பதால் மருத்துவர் கவனமாக செயல்பட்டு சிகிச்சையளிக்க வேண்டும்.

வளையமிடும் முறை

மூலக்கட்டிகள் சிறியதாக இருந்தாலும் தொடர்ச்சியாக ரத்தப் போக்கு நீடிக்குமானால் ரப்பர் பேண்ட் எனப்படும் வளையமிடுதல் சிகிச்சை அவசியமாகும். பெரும்பாலும் இரண்டாம் டிகிரி மற்றும் மூன்றாம் டிகிரி மூல நோய்களுக்கு இந்த சிகிச்சை பரிந்துரை செய்யப்படுகிறது.

இந்த முறையில் மூலக்கட்டியை ரப்பர் பேண்ட் வைத்து இறுக்குவதன் மூலம் ரப்பர் பேண்டுக்குக் கீழே ரத்த ஓட்டமின்மையால் கட்டி அழுகி விழுந்து விடும். ரத்தப் போக்குவரத்து இல்லாத ஒரு சிலருக்கு கட்டி தானாகவே சுருங்கி விடுவதுண்டு.

எப்படி ரப்பர் பேண்ட் போடுகிறார்கள் என்பதைப் பற்றி தெரிந்து கொள்ளுங்களேன்.

ஒரு சின்ன கருவியில் உருளை போன்ற அமைப்பு இருக்கும். இதில் இரண்டு ரப்பர் பேண்டுகளை பொறுத்தி இருப்பார்கள். நீண்ட இடுக்கி ஒன்றினை உருளையினுள் சொருகி, அதன் வழியாக மூலக் கட்டியை இறுக்கமாக பிடித்துக் கொண்டு, உருளையிலுள்ள ரப்பர் பேண்டை உருவி விட்டு விடுவார்கள். இதன் மூலம் ரப்பர் பேண்ட் மூலக்கட்டியை இறுக்கமாக கவ்விப் பிடித்துக் கொள்ளும். இச்சிகிச்சை செய்யும்போது மருத்துவருக்கு உதவியாளர் ஒருவரும் தேவைப்படுவார்.

ரப்பர் பேண்ட் சிகிச்சையின்போது வலி எதுவும் தெரிவதில்லை. பெரிய மூலக்கட்டிக்குத்தான் முதலில் கட்டுப் போடப்படும். நோயாளிக்கு எந்தப் பிரச்னையும் இல்லாமல் ஒரே அமர்வில் எத்தனை கட்டிக்கு வேண்டுமானாலும் பேண்ட் போட்டுக் கொள்ளலாம். அவ்வாறு இல்லாவிட்டால் பெரிய அளவில் இருக்கும் கட்டிகளுக்கு மட்டும் முதலில் ரப்பர் பேண்ட் போட்டு விட்டு நான்கு முதல் ஆறு வார இடை வெளியில் அடுத்த கட்டிகளுக்கு பேண்ட் போடலாம். பொதுவாக ஒரே அமர்வில் மூன்று கட்டிகளுக்குப் போடுவது வழக்கம்.

சிக்கல்கள்

ரப்பர் பேண்ட் போடும்போது கவனிக்க வேண்டிய முக்கிய விஷயம். அதை சலிச்சவ்வின் அருகில் வைத்துப் போடக் கூடாது. தவறுதலாக ஒருவேளை சலிச்சவ்வையும் இறுக்கமாகப் பிடித்துக் கொள்ள நேர்ந்துவிட்டால் பாதிக்கப்படாத பகுதியிலும் வீக்கம் வலி என தேவையற்ற பிரச்னைகள் ஏற்பட்டு தொல்லைகள் அதிகரிக்கும். எச்சரிக்கையாக செயல்பட்டு பிரச்னையை சரிப்படுத்த வேண்டும்.

நோயாளியை ஒரு தலையணையின் மீது குப்புறப் படுக்க வைத்து டெண்டேட் கோட்டுக்கு மேல் ஒன்றரை முதல் இரண்டரை செ.மீ.க்கு மேல் வளையமிட வேண்டும். வளையம் வெற்றிகரமாகப் போடப்பட்டால் வலி எதுவும் இருக்காது; ரத்தஓட்டம் தடைப்பட்டு மூலக்கட்டியும் உடனே நிறம் மாறும். இதனால் நோயாளிக்கு எந்த பாதிப்பும் ஏற்படாது.

ரப்பர் பேண்ட் சிகிச்சைக்கு முன்னும் பின்னும் 'சிட்ஸ் பாத்' எனப்படும் குதக் குளியல் செய்ய வேண்டும். அதாவது குதப் பகுதியை அவ்வப்போது வெதுவெதுப்பான நீரால் நனைத்துக் கொடுக்க வேண்டும். ரப்பர் பேண்டினால் வலி அதிகமாக இருந்தால் மரப்பு ஊசி போட்டு நீக்கிவிடலாம்.

பேண்ட் போட்ட ஏழு முதல் பத்து நாட்களில் மூலக் கட்டி துண்டாகி விழுந்துவிடும். ஒன்று முதல் இரண்டு சதவீத நபர்களுக்கு மட்டுமே ரத்தக் கசிவும் மீண்டும் மருத்துவமனையில் சேர வேண்டிய நிலையும் இருக்கும்.

பேண்ட் போட்டிருக்கும் நிலையில் ஆசனவாய்ப் பகுதியில் லேசான உறுத்தல் நோயாளிக்கு இருக்கும். இதை அழற்சி நீக்க மருந்துகளால் சரிப்படுத்தலாம்.

க்ரையோ தெரபி

குளிரூட்டி மின்வழித் தீய்த்தல் எனப்படும் க்ரையோ தெரபி சிகிச்சையும் மூலநோய்க்காக அளிக்கப்படுகிறது. உறையும் திரவ நைட்ரஜனை மூலத்தின் மேல் வைக்கும் போது, மூலத்தில் உள்ள ரத்தக் குழாய்கள் உறைந்து பின்னர் விழுந்து விடுகின்றன.

மூலக்கட்டிகள் பெரிய அளவில் இருக்கும்போது பொது உணர்விழப்பு அல்லது மயக்க மருந்து கொடுத்து சிகிச்சை மேற்கொள்ளப்படுகிறது.

சிறிய அளவில் மூலக்கட்டிகள் இருக்கும்போது லோக்கல் அனஸ்தீசியா எனப்படும் முறையில் உணர்விழப்பு செய்யப்பட்டு பாதிக்கப்பட்ட இடத்திற்கு மட்டும் உணர்விழப்பு செய்து சிகிச்சை யளிக்கலாம். இதற்கு நோயாளி மருத்துவமனையில் தங்க வேண்டி யிருக்கும்.

இந்தச் சிகிச்சை முறை உபயோகமாக முறையாக இருந்தாலும், இதனால் ஏற்படும் சளி கசிவு, புண் உண்டாதல் என்ற குறை பாட்டினால் இந்த முறை பிரபலம் ஆகவில்லை. பொதுவாக தற்போது இச்சிகிச்சை முறை நடைமுறையில் இல்லை எனலாம்.

ஸ்டேப்ளர் முறை

இப்போது அறிமுகப்படுத்தப்பட்டுள்ள புதிய முறை இது. எளிய முறைதான் என்றாலும் செலவு சற்று அதிகம். மூலம் முற்றிய நிலையில் இருப்பவர்களுக்கும் வயதானவர்களுக்கும் உரிய நல்ல முறை. வரும் நாட்களில் இந்த முறை மற்ற முறைகளை விட அதிகமாக உபயோகிக்கப்பட வாய்ப்பிருக்கிறது.

மூலநோய்க்கான அறுவை சிகிச்சை

எல்லா நேரங்களிலும் மூல நோய்க்கு அறுவை சிகிச்சை செய்துவிட மருத்துவர் முடிவெடுத்துவிட மாட்டார். அதேபோல எல்லாவகை மூலநோய்க்கும் அறுவை சிகிச்சை மட்டுமே தீர்வு எனவும்

நினைத்துவிட முடியாது. நோயாளிக்கு கண்டிப்பாக அறுவை சிகிச்சை செய்தாக வேண்டும் என்ற நிலையை பரிசோதனைகள் மூலம் நிச்சயப்படுத்திக் கொண்டால் மட்டுமே அறுவை சிகிச்சை செய்வார்.

உதாரணமாக மூலநோயின் போது தென்படும் அறிகுறிகளின் கடுமை, மூலநோயின் வகை எனப்படும் டிகிரிகள், மூலக்கட்டி அமைந்துள்ள இடம், மருத்துவர் பரிசோதனை மூலம் கண்டறிந்த நோய்த் தகவலுக்கும், அறிகுறிகளுக்கும் இடையில் ஒப்புமை இருக்கிறதா என்பது பற்றிய ஒப்பீடு ஆகிய அனைத்தையும் பரிசோதித்த பிறகே அறுவை சிகிச்சை வேண்டுமா? வேண்டாமா என்பதை மருத்துவர் முடிவு செய்வார்.

பொதுவாக வெளி மூலத்திற்கு அறுவை சிகிச்சை தான் சிறந்தது. உள் மூலத்திற்கு மிக ஆரம்ப நிலைக்கு மருந்தோ அறுவை சிகிச்சையோ தேவையில்லை.

அறுவை சிகிச்சைக்கு முன்பு பெரும்பாலான நிலைகளை உணவு முறைகளை சரி செய்து நார்ச்சத்துள்ள உணவுகள் உண்பது, மலக்கட்டு ஏற்படுத்தாத உணவு உண்பது ஆகியவற்றின் மூலம் தடுப்பு மற்றும் தவிர்ப்பு முறைகளை நோயாளிக்குச் சொல்லிக் கொடுத்து செயல் படுத்துவார். அதிலெல்லாம் கட்டுப்படாத நிலையில் தான் அறுவை சிகிச்சைக்கு ஆயத்தமாகுமாறு மருத்துவர் தெரிவிப்பார்.

அறுவை சிகிச்சையின்போது குடல் பகுதியில் மலத் தேக்கம் இருந்தால் எனிமா கொடுத்து விட்டு அதன் பிறகு அறுவை சிகிச்சையை வைத்துக் கொள்ளலாம்.

குதப்பகுதி அறுவை சிகிச்சையை அனுபவமற்ற மருத்துவரால் மேற் கொள்ள இயலாது. பக்க விளைவுகள் ஏற்பட்டு விடாதபடி மிக எச்சரிக்கையாக, சிறப்பாக அறுவை சிகிச்சை செய்யக் கூடிய மருத்துவரால் மட்டுமே மூல நோய்க்கான அறுவை சிகிச்சையை புறநோயாளிகள் பிரிவில் வைத்தே செய்ய இயலும்.

மற்ற இடங்களில் அறுவை சிகிச்சை செய்வதைப் போல் இல்லாமல் குதப் பகுதி அறுவை சிகிச்சை மிகவும் சிக்கலானது. குதப் பகுதியின் இட அமைப்பு இதற்கொரு காரணம் என்பது ஒருபுறமிருக்க, ஸ்பிங்டர் எனப்படும் சுருக்குத் தசையின் அமைப்பு இன்னொரு காரணம்.

தவறுதலாக இந்தத் தசைக்கு அறுவை சிகிச்சை மூலம் பாதிப்பு ஏற்பட்டு விட்டால், அதற்குப் பின்னான நிலை மிகவும் பரிதாபமாக இருக்கும்.

தசையின் சுருங்கி விரியும் தன்மை பாதிக்கப்பட்டு நோயாளிக்கு மலம் தொடர்ச்சியாக ஒழுகும். இதனோடு குடல் சார்ந்த தொற்று உண்டாகும். அவ்வாறன்றி சுருக்குத் தசையை அளவுக்கு அதிகமாக சுருக்கி விட்டால் மலம் கழிக்க இயலாத நிலை ஏற்பட்டு நோயாளியின் உயிருக்கே ஆபத்தாக முடியும்.

மூலநோயின் அறிகுறிகள் சில சமயம் சிக்கலானதாக இருக்கும். நீண்ட கால குடல் அழற்சி நோயிருந்தாலும், மலத்துவாரம் வழியாக ரத்தக் கசிவு தொடர்ந்து ஏற்படும். உடற்கூறுகளில் கண்டறிய இயலாத காரணத் தாலும் ரத்தக் கசிவு ஏற்படுவதுண்டு. அனுபவம் இல்லாத மருத்துவர் மூல நோயின் அறிகுறிகளில் இது ஒன்று என நினைத்து அறுவை சிகிச்சை செய்து விடுவார். இதனால் நோயின் தீவிரம் அதிகமாகும்.

நோயாளி பெண்ணாக இருக்கும் பட்சத்தில் குதப் பகுதி சார்ந்த பிறப்புறுப்பில் புரைப்புண் எனப்படும் பிஸ்டுலா, அல்லது மலமே கழிக்க முடியாத நிலை ஏற்பட்டிருக்கலாம்.

நீண்ட நாள் குடலழற்சிக்கு அறுவை சிகிச்சை செய்தால் தான் சரியாகும் என்ற நிலையிருக்கலாம். எச்ஐவி பாதிப்பால் புண் ஏற்பட்டிருக்கலாம். இத்தகைய நிலைகளின் போது அறுவை சிகிச்சை செய்து கொள்ள வேண்டும்.

தவிர குதப் பகுதியில் பாக்டீரியா மற்றும் வைரஸ் தொற்றுகளால் எவ்வித சிகிச்சைக்கும் கட்டுப்படாத அளவில் பாதிப்பின் தீவிரம் அதிகமாவது, மனித பாப்பிலோமா வைரஸ்களின் காரணமாக குதப்பகுதி குடல் சுவரில் கட்டிகள் தோனறி பெரிதாவது, குதப் பகுதி ரத்த நாளங்கள் திடீரென வீங்கி கடுமையான வலி, ரத்தக் கட்டு ஏற்படுதல், புரைப் புண்ணால் கழலை தோன்றுதல், மலக் குடல் மற்றும் மலத்துவாரப் பகுதிகளில் புற்று கழலைகள் ஆகிய நிலைகளில் அறுவை சிகிச்சை செய்யப்படும்.

இப்படிப்பட்ட நிலைகள் இருந்தாலும் மூல நோய்க்கு திறந்த முறை அறுவை சிகிச்சை செய்யும் முன்பாக மற்ற முறைகளான உணவு முறைகளில் மாற்றம், பழக்க வழக்கங்களில் மாற்றம், ரப்பர் பேண்ட் முறை, ஊசி முறை என படிப்படியாக மேற்கொள்ளப்படுகின்றன. முதல் இரண்டு நிலைகளுக்கு செங்கதிர் லேசர் சிறப்பாக செய்யப் படுகிறது. இம்முறைகளில் பலன் இருக்காது என்ற நிலையிருந்தால் அறுவை சிகிச்சை முறை மேற்கொள்ளப்படுகிறது.

நான்காவது டிகிரி மூலத்தின்போது வரும் சிக்கல்

நான்காவது டிகிரி மூலக்கட்டிகள் ஆசன வாயை விட்டு வெளி வந்த நிலையில் இருப்பதால், அவற்றை ஆசன வாயின் சுருக்குத் தசைகள்

இறுக்கமாகப் பிடித்துக் கொள்ளும். இதன் காரணமாக வெளியேயுள்ள கட்டிகளுக்கு ரத்த ஓட்டம் செல்வது தடைப்பட்டு கட்டி அழுகத் தொடங்கும். வலியும், வேதனையும் தாங்க முடியாத அளவுக்கு இருக்கும்.

மூலக் கட்டிகள் ஆசன வாயை விட்டு வெளியே வந்த உடனேயே அறுவை சிகிச்சை செய்யலாம் என்ற புதிய முறை தற்போது நடை முறைப்படுத்தப்பட்டுள்ளது. ஆனால் ஒரு நாளுக்கு மேலாகி விட்டால் அக்கட்டி அழுகத் தொடங்கி, அதன் வழியே கிருமிகள் நுழைந்து, கல்லீரலில் உள்ள போர்ட்டல் சிரை எனப்படும் முக்கியச் சிரையை ஆக்கிரமித்துக் கொள்ளும். இதனால் உயிர் இழப்பும் ஏற்படும்.

இத்தகைய தசை அழுகல் ஏற்படுவதால்தான் நான்காம் நிலை மூலக் கட்டிகளை அறுவை சிகிச்சை செய்வதற்கு பல மருத்துவர்கள் பயப்படுகிறார்கள்.

இதற்கு வேறு காரணங்களையும் கூறலாம். அழுகிய இடத்தில் ஆபரேஷன் செய்து தையல் போட்டால், பல வேளைகளில் தையல் நிற்காமல் போக வாய்ப்புள்ளது. தையல் நிற்காததால் அதன் வழியே அதிக ரத்தப்போக்கு ஏற்பட்டு பிரச்னை அதிகமாகும். அறுவை சிகிச்சை செய்வதற்காக வெளியே தொங்கிக் கொண்டிருக்கும் சிரை மற்றும் தமனியை வெட்டும் போது அதன் வழியாகக் கிருமிகள் உள்ளே நுழைந்து விட வாய்ப்பு உள்ளது.

இவ்வளவு பிரச்னைகளையும் சமாளிப்பதற்கு, நோயாளிக்கு படுக்கை யில் ஓய்வு கொடுத்து மருந்து, மாத்திரை தருதல், மூலக்கட்டியின் மீது களிம்புப் பூசுதல் ஆகியவற்றை மேற்கொண்டு கட்டியைச் சுருக்கி, ஆசன வாய்க்கு உள்ளே கொண்டு சென்று, தொற்றுக் கிருமிகளின் பாதிப்பைக் குறைத்தது அதன் பிறகே அறுவை சிகிச்சைகள் செய்வார்கள்.

அறுவை சிகிச்சைக்குப் பிறகு ஏற்படும் சிக்கல்கள்

மூலக்கட்டியை என்னதான் சிறப்பாக சிகிச்சை செய்து சரிப்படுத்தி னாலும் நோயாளியின் ஒத்துழைப்பு இல்லா விட்டால் அவை திரும்ப வருவதற்கான வாய்ப்புகள் அதிகம்.

இவை தவிர, சிகிச்சையை அரைகுறை நிபுணத்துவம் பெற்றவர் களிடையே செய்து கொள்வதால் பக்க விளைவுகள் அதிகரித்து தொல்லை தரும். உதாரணமாக, மூல நோய் அறுவை சிகிச்சைக்குப் பயன்படுத்தப்படும் கருவிகள் அதற்கேற்ற முறையில் இருந்தாலும்

பலரிடம் நவீன கருவிகள் இருப்பதில்லை. இதனால் நோயாளி பூரண குணம் பெற இயலாத நிலை உண்டாகும்.

அறுவை சிகிச்சையை சரியாகச் செய்யாவிட்டால், அறுவை சிகிச்சை செய்து கொண்டவர்களுக்கு குணமாகும் போது மலத்துவாரம் சில நேரங்களில் குறுகி, இதனால் மலம் கழிக்க மிகவும் சிரமம் ஏற்படும். சளிச்சவ்வில் எண்ணிக்கைக்கு அதிக ஊசி செலுத்தும்போது அதிக ரத்தப் போக்கு ஏற்படும். அவசரமாக வேறொரு சிகிச்சை மூலம் இந்த ரத்தப் போக்கை நிறுத்த வேண்டியிருக்கும்.

ஊசியினால் அதிகமாகக் குத்துவதால் நோயாளிக்கு வலியும், வேதனையும் தவிர காய்ச்சலும் இருக்கும்.

முன்பே குறிப்பிட்டிருப்பதைப் போல ஊசியானது ப்ராஸ்டேட் சுரப்பியில் தவறுதலாக குத்தப்பட்டால் ரத்த மூத்திரம், ரத்த ஒழுக்கு போன்றவை உண்டாகும்.

கட்டுப் போட்டிருக்கும்போது சிறு உறுத்தல் இருக்கச் செய்வது இயல்பான ஒன்று. இதை அழற்சி நீக்கி மருந்துகள் அல்லது மாத்திரை கொடுத்து சரி செய்து விடலாம்.

முக்கும்போது ஏற்படும் குடல் பிதுக்கத்தையும், மலச் சிக்கலையும் தவிர்க்க மலமிளக்குச் சிகிச்சையை செய்ய வேண்டும்.

அறுவை சிகிச்சையை தவிர்க்க வேண்டிய தருணம்

இதைப் பற்றி நோயாளிகள் தெரிந்து கொள்ள வேண்டியது அவசியம்.

நீண்ட நாட்கள் குடலழற்சி நோய் இருந்தாலும், குடற் புண் இருந்தாலும், குடல் பகுதியில் காசநோய் பாதிப்பு ஏற்பட்டிருந்தாலும் அறுவை சிகிச்சை செய்வதை தவிர்க்க வேண்டும். மேற்சொன்ன காரணங்களை சரிப்படுத்தி விட்டு அதன் பிறகே அறுவை சிகிச்சை செய்ய வேண்டும்.

எச்.ஐ.வி. பாதிப்பு உள்ளவர்கள் கூட அறுவை சிகிச்சை செய்து கொள்ளலாம். ஆனால் நோய் முற்றிய நிலையில் இருந்தால் இத்தகைய சிகிச்சையை தவிர்க்க வேண்டும். நோயாளிக்கு நோய் எதிர்ப்புச் சக்தி குறைவாக இருப்பதால் காயம் சீக்கிரமாக ஆறாது. இவர்களுக்கு மலச் சிக்கலும், சளிச்சவ்வு அழற்சியும், மிகப் பெரிய அளவிலான மூலக் கட்டிகளும், சளிச்சவ்வில் புண்ணும் வருவதால் அறுவை செய்யலாமா என்பதை மருத்துவரே தீர்மானிக்க வேண்டும்.

அறுவை சிகிச்சை செய்யும் முன்பு நோயாளிக்கு பூஞ்சைக் காளான் தொற்றுக்கள் ஏதேனும் இருக்கின்றனவா என்பதை கண்டறிந்து முதலில் அதை நீக்க வேண்டும்.

கர்ப்பக் காலத்தில் மூலக்கட்டி இருந்தால் பெரிய அளவில் பாதிப்பு ஏற்படும். அதற்காக அவசரப்பட்டு அறுவை சிகிச்சை செய்து கொள்ளக் கூடாது. பிள்ளைப் பேறு வரை பொறுத்திருந்து அதன் பிறகு செய்துகொள்வதே நல்லது.

எதிர்காலத்தில் கருத்தரிக்க நேர்ந்தாலும் இத்தகைய மூல நோய் பிரச்னைகள் வரும் என்பதால் ஒருமுறை அனுபவப்பட்டதில் இருந்தே எச்சரிக்கையாக நடந்து மூல நோய் வராமல் தவிர்க்க வேண்டும்.

லேசர் சிகிச்சை

அறுவை சிகிச்சைத் துறையில் லேசர் பயன்பாடு அதிகரித்துள்ள நிலை யில் சிகிச்சை முறைகள் அனைத்தும் எளிமையாக்கப்பட்டுள்ளன. அதில் சிறப்பானது செங்கதிர் லேசர் சிகிச்சை முறை. இதை ஐ.ஆர்.சி. ஒளி ஊடுருவு கதிர் சிகிச்சை முறை என்பார்கள். இந்த முறையில் நவீன கருவிகள் பயன்படுத்தப்படுகின்றன.

நோயாளியைப் பரிசோதித்து, மூலத்தின் தன்மையைக் கண்டறிந்து, அதன் மீது ஒளிக் கற்றைகளைக் குறிப்பிட்ட இடங்களில் பாய்ச்சுவது என்பதுதான் செங்கதிர் லேசர் எனப்படும் இச்சிகிச்சையாகும்.

ஒளி ஊடுருவு கதிர் சிகிச்சை தற்போது சர்வதேச அளவில் பிரபலமாகி வருகிறது. ஐ.ஆர்.சி. என்ற இந்த கருவி இன்ஃபிராரெட் என்கிற செந்நிற கதிரை உற்பத்தி செய்கிறது. அக்கதிர்கள் மூல நோய்க்குச் செல்லும் ரத்தத்தை நிறுத்தி விடுவதால் மூல நோய்க் கட்டி சுருங்கி விடுகிறது.

ரத்த ஓட்டத்தை நிறுத்திய பிறகு, மூல நோய்க் கட்டி ஒரு வாரத்தில் சுருங்கி விடும்.

முதல்நிலை மற்றும் இரண்டாம் நிலை மூலக் கட்டிகளுக்கு இன்ப்ராரெட் கோஆகுலேஷன் எனப்படும் செங்கதிர் லேசர் சிகிச்சையை ரப்பர் பேண்ட் போட்டு செய்யலாம். இந்த லேசர் சிகிச்சையால் மூலக் கட்டியில் இருந்து வெளிப்பட்டுக் கொண்டிருக்கும் உதிரப் போக்கு உடனடியாக நிறுத்தப்படுவதோடு, ஒரு சில வினாடிகளிலேயே சிகிச்சையும் நிறைவு செய்யப்பட்டு விடுகிறது.

ஒளி ஊடுருவு கதிர் சிகிச்சையின் சிறப்பு

ஹெப்படைட்டிஸ் - பி, எச்.ஐ.வி. நோயாளிகள், கர்ப்பிணிகள் போன்றவர்களுக்கு இது மிகவும் பயனுள்ள சிகிச்சை.

இந்த லேசர் சிகிச்சைக் கருவியில் பதினைந்து வாட்ஸ் மின்சார சக்தி செலுத்தப்பட்டு அகச்சிவப்பு கதிர்கள் பெறப்பட்டு அதன் மூலம்

கண்ணிமைக்கும் நேரத்தில் சிகிச்சையளித்து கட்டியை இல்லாமல் செய்யலாம்.

* சிகிச்சையின்போது, மயக்க மருந்து தர வேண்டியது இல்லை. சிகிச்சைக்கான மொத்த நேரம் பத்து நிமிடங்கள்தான்.

* மருத்துவமனையில் தங்கத் தேவையில்லை. சிகிச்சையின் போதும், அதற்குப் பிறகும் சிறிது கூட வலி இருக்காது. இச்சிகிச்சையின் போது ரத்தம் வீணாவதில்லை.

* இந்த முறையில் மூலத்திலுள்ள ரத்த குழாய்களை உடனடியாக உறைய வைத்து விடலாம்.

* அறுவை சிகிச்சை இல்லை.

* மருத்துவமனையில் உள்நோயாளியாக இருக்கத் தேவையில்லை.

* சிகிச்சை முடிந்தவுடன் நோயாளிகள் அன்றாட அலுவல்களை ஓய்வின்றி செய்ய ஆரம்பிக்கலாம்.

இந்தச் சிகிச்சை முறையில், முதல் நிலை, இரண்டாம் நிலை நோயாளிகள் பயனடையலாம். வெளி மூலத்திற்கு இது உதவாது. ஆனால் இதய நோய் உள்ளவர்களுக்கும், கர்ப்பிணிப் பெண்களுக்கும் இந்த முறை நல்லது. அதைப் போலவே வயதானவர்களுக்கு மயக்க மருந்து கொடுக்க முடியாத நிலையில் இந்த முறை நல்ல பலனளிக்கும்.

இதை தவிர, வேறுவித லேசர் சிகிச்சை முறையை மேற் கொள்ளும் போது பணச் செலவு அதிகம். மயக்க மருந்து தேவைப்படும். லேசர் கதிர்கள் மூலத்தை ஊடுருவும்போது, மூலத்திலுள்ள ரத்தக் குழாய்கள் மற்றும் பின்னால் உள்ள திசுக்களுக்குப் பாதிப்பு ஏற்படலாம்.

சிக்கலான நேரத்தில் லேசர் அறுவை சிகிச்சை முறையிலும்கூட மயக்க மருந்து தர வேண்டியிருக்கும். ஓரிரு நாட்கள் நோயாளி மருத்துவமனையில் தங்கியிருக்கவும் வேண்டும்.

5. இதுதான் நதிமூலம்-ரிஷிமூலம்

மூலநோய்க்கான காரணங்கள் என்னவெனப் பார்த்தால் மலச்சிக்கல் தவிர,

- பரம்பரை
- கர்ப்பம்
- சிரோசிஸ் லிவர் எனப்படும் கல்லீரல் சீரழிவு
- புற்றுநோய்
- வயிற்றுக் கட்டிகள்
- தொடர்ச்சியான இருமல்
- உடற்பருமன்

இன்னும்பிற வயிறு சார்ந்த நோய்களைக் காரணமாகக் கூறலாம்.

இவையெல்லாம் எப்படி மூலநோய்க்குக் காரணமாக உள்ளன என்பதை தெரிந்து கொள்ளும் முன்பு வயிற்றுப் பகுதியைப் பற்றியும், பிற காரணங்களையும் தெரிந்து கொள்ளுங்கள். பிறகு முக்கிய காரணத்தை தனி அத்தியாயத்தில் விளக்கமாகத் தெரிந்து கொள்ளுங்கள்.

'வயிறு நிறைய சாப்பிட்டேன்' எனச் சொல்லுகிறோம். 'கீழ் வயிறு வலிக்கிறது' என்கிறோம். 'மேல் வயிறு கணக்கிறது' என்கிறோம். 'வயிற்றுப் புண் வந்துள்ளது' என்கிறோம்.

மேலேயுள்ள வார்த்தைகளை நன்றாக கவனியுங்கள். வயிறு எனப் பொதுவாகச் சொன்னாலும், நாம் பல்வேறு உறுப்புகளைப் பற்றி இங்கே குறிப்பிடுகிறோம்.

நம்மில் பலர் வயிறு என்றால் இரைப்பை மட்டும் என நினைத்துக் கொண்டிருக்கிறார்கள். இரைப்பை என்பது வயிற்றின் ஒரு பகுதி

மட்டுமே. கீழ் வயிற்றில் வலி என்பது சிறுநீரகத்தில் ஏற்படும் வலியைக் குறிக்கலாம். வயிறு கணப்பது என்பது இரைப்பை குறிப்பிடலாம். வயிற்றுப் புண் என்பது இரைப்பை சார்ந்த முன் சிறு குடலில் தோன்றும் புண்ணைக் குறிக்கும்.

எனவே வயிறு என்பது இரைப்பை மட்டுமல்ல, அது நெஞ்சுக் குழி முதல் பிறப்புறுப்புப் பகுதி வரையுள்ள பகுதி முழுவதையும் உள்ளடக்கியது. இதில் இரைப்பை, கல்லீரல், பித்தப்பை, கணையம், சிறுகுடல், மலக்குடல், சிறுநீரகம், கர்ப்பப் பை என அனைத்தையும் உள்ளடக்கி இருப்பதுதான் வயிறு. இதிலுள்ள ஒவ்வொரு உறுப்பை யும் சுருக்கமாகத் தெரிந்து கொள்ளுங்கள்.

ஜீரண மண்டலம்

வாய் முதல் இரைப்பை வழியாக சிறுகுடல், பெருங் குடல், மலக்குடல் மற்றும் ஆசனவாய் வரையுள்ள இந்த உறுப்புகளுக்குள் ஒரு நேர் தொடர்பு இருக்கிறது. இவை அடங்கியதுதான் ஜீரண மண்டலம் என்பார்கள்.

வாய் வழி சாப்பிடும் உணவுப் பொருட்கள் உணவுக் குழாய் மூலம் இரைப்பைக்குள் வரும். இங்கு அவை அரைக்கப்பட்டு குழைய ஆரம்பிக்கும். இவற்றை ஹைட்ரோகுளோரிக் அமிலம், பெப்சின் ஆகிய நொதிப் பொருட்கள் தாக்கி சிதைக்கும்.

இவை போன்ற பல நொதிப் பொருட்களின் தாக்குதலால் உணவு சிதைக்கப்பட்டு, அங்கிருந்து பைலோரால் என்ற சிறு குழாய் வழியே சிறு குடலுக்குள் செல்லும். சிறுகுடலில் பல நொதிப் பொருட்கள் இருக்கும். இருபது அடி நீளமுள்ள சிறுகுடல் உணவுப் பொருட்களை சிதைத்து சத்துக்களை உறிஞ்சிக் கொண்டு, மிச்சம் மீதியை பத்து அடி நீளமுள்ள பெருங்குடலுக்கு அனுப்புகிறது.

தன்னிடம் வந்து சேர்ந்த பொருட்களில் இருந்து பெருங்குடலானது தண்ணீரை உறிஞ்சிக் கொண்டு சக்கையை வெளியே அனுப்பும். சுமார் எண்பது விழுக்காடு நீர் வரை பெருங் குடல் எடுத்துக் கொள்ளும். அவ்வாறு நீரை உறிஞ்சிக்கொள்ளத் தவறினால்தான் வயிற்றுப் போக்கு ஏற்படுகிறது.

பெருங்குடலில் கோழை போன்ற ஒரு திரவம் சுரக்கும். இது சக்கைப் பொருளை இளக்கி மலமாக மலக் குடலுக்கு அனுப்பி அங்கிருந்து ஆசன வாய் வழியாக வெளியேற்றுகிறது. இதுவே உணவு செரிமான முறை.

நாம் நார்ச்சத்துள்ள உணவை சாப்பிடும்போது அதிலுள்ள நீர்ச் சத்துக்கள் தக்க வைக்கப்பட்டு மலம் இளகுவது எளிதாகிறது.

இல்லாவிட்டால் மலச்சிக்கல் ஏற்படுகிறது. மலச்சிக்கலின் தொடர்ச்சியாக மூலம் வருகிறது.

பெருங்குடல் இயக்கக் கோளாறு பெருங்குடல் சளியழற்சி (மியூகஸ் கொலைடிஸ்) எனப்படுகிறது. இந்நிலையில் வலி திடீரென தோன்றி அதிகரிக்கும்.

இதன் விளைவாக மலச் சிக்கலோ, வயிற்றுப் போக்கோ, சளியுடன் கூடிய மலமோ ஏற்படும். பசியிருக்காது. தொடர்ச்சியாக இருந்தால் மூல நோய் பாதிப்பு உண்டாகும். இவ்வாறே வயிற்றுப் பகுதியில் அமைந்துள்ள இந்த சீரண மண்டலங்களில் ஏற்படும் பெரும்பாலான பாதிப்புகளின் காரணமாக ரத்த நாளங்கள் பாதிக்கப்படும்போது மூல நோய் ஏற்படும்.

கல்லீரல்

நமது கல்லீரலானது சுமார் ஒன்றரை கிலோ எடை இருக்கும். இதில் சுமார் ஐநூக்கும் மேற்பட்ட வேதி வினைகள் நடைபெறுகின்றன.

இரைப்பையயும், சிறு குடலும் பிரித்தெடுக்கும் சத்துக்கள் முதலில் வந்து சேரும் இடமான கல்லீரலில் அச்சத்துக்கள் மேலும் பகுக்கப் பட்டு ஒவ்வொரு உறுப்புக்கும் எவ்வளவு தேவை என்பது பிரித்தளிக்கப்படுகிறது.

நோய் எதிர்ப்பு சக்திகளை தயாரித்து அனுப்புவது போன்ற பல பணிகளைச் செய்யும் இந்த கல்லீரல் பாதிப்படைந்தால் தன்னைத் தானே சீர் செய்து கொள்ளும். இத்தகைய கல்லீரலானது நமது வயிற்றின் வலப் பக்கத்தில், மேற்புறமாக விலா எலும்புக் கூட்டுக்குள் நுரையீரல், உதரவிதானத்திற்கு அடியில் அமைந்துள்ளது.

மிகுதியான குடிப்பழக்கத்தின் காரணமாக, கல்லீரல் செயல்பாட்டில் தடைகள் ஏற்பட்டு கல்லீரல் சுருங்குகிறது. இதனால் கரணை எனப்படும் சிரோசிஸ் நோய் வருகிறது.

இந்த நோயின் போது கல்லீரலைச் சுற்றி நார்த்திசுக்கள் உருவாகி தடித்து விடுகின்றன. கல்லீரலின் முக்கிய ரத்த நாளமான போர்ட்டல் ரத்தக் குழாயைச் சுற்றி இந்த நார்த் திசுக்கள் அழுத்தத்தை ஏற்படுத்து வதால் ரத்த நாளங்கள் சுருங்குகின்றன. இதனால் மற்ற உறுப்புகளுக்கு வேண்டிய ரத்த ஓட்டத்தில் தடை ஏற்பட்டு விடுகிறது. இதன் விளைவாகத்தான் நார்த் திசுக்களால் கல்லீரல் சுருங்கி, கெட்டியாகி கரணை நோய் உருவாகிறது. இந்த நோய் குணமடைவதற்கு பல மாதங்கள் கூட ஆகலாம்.

மதுப்பழக்கத்தினால் கல்லீரல் அழற்சி மற்றும் சிரோசிஸ் நோய் எப்படி உண்டாக்குகிறது எனத் தெரிந்துகொள்ளுங்கள்.

ஆல்கஹாலுடன் அசிட்டால்டிஹைடு என்ற வேதிப் பொருளும் சேர்ந்து கல்லீரலில் உள்ள ஹெபடோசைட்ஸ் என்ற திசுப் புரதத்தில் பாதிப்பை உண்டாக்குகின்றன. மேலும், கல்லீரலின் மென்மையான சுவர்களையும் பாதிக்கின்றன.

இதனால் கல்லீரலின் திறன் பாதிக்கப்படுகிறது. பல்வேறு நச்சுகளில் இருந்து கல்லீரல் திசுக்களைக் காத்து வந்த சுவரின் பாதிப்பினால், பிற நச்சுக்களின் நேரடி பாதிப்புக்கு ஆளாகி, சுறுசுறுப்பின்மை, குமட்டல், எடை குறைதல், காமாலை, கல்லீரல் வீக்கம் ஆகியவை உண்டா கின்றன.

கல்லீரல் நோய் உருவாவதற்கு சில மருந்துகள், ஆர்செனிக் நச்சுக்கள், ஊட்டச்சத்து இல்லாமை, பெரிய அளவிலான குடிப்பழக்கம் ஆகியவை காரணமாக இருக்கின்றன.

சிரோசிஸ் எனப்படும் இந்த நோயை குடிகாரர்களின் நோய் என்றே அழைத்தார்கள். குடிப்பவர்கள் ஊட்டச் சத்து உணவை சாப்பிடா விட்டால் இந்த நோய் வந்து விடும். இது தவிர, வைரஸ் கிருமிகள் மற்றும் தொற்று நோய்களின் காரணமாக பித்தக் குழாய்கள் பாதிக்கப் பட்டாலும் சிரோசிஸ் நோய் வரும்.

கரணை நோயினால் கல்லீரலுள்ள போர்ட்டல் ரத்த நாளத்தில் அழுத்தம் அதிகமாக இருக்கும். இதனால்தான் கரணை நோயாளி களுக்கு ரத்த வாந்திகூட வருகிறது.

போர்ட்டல் ரத்த நாளத்திற்கும் மூலக்காரணி ரத்த நாளத்திற்கும் நெருங்கிய தொடர்பு இருப்பதால், அழுத்தமானது மூல காரணி ரத்த நாளத்திலும் ஏற்படுகிறது. இதனால் மூலக்கட்டி ஆரம்பமாகிறது. இவ்வாறே வயிற்றுப் பகுதியில் ஏற்படும் புற்றுநோய்க் கழலைகள் மற்றும் பிற வயிற்றுக் கட்டிகளின் தொடர்ச்சியான பாதிப்பால் குடல் இயக்கங்கள் பாதிக்கப்பட்டு மூல நோய் உண்டாகிறது.

கர்ப்பம்

கர்ப்பக் காலம் பெண்களுக்கு நோயை உண்டாக்கவும், அதனால் பாதிப்பை அதிகப்படுத்தவும் அதிக வாய்ப்புள்ள காலம் என்பதை ஒவ்வொரு கர்ப்பிணியும் அவசியம் தெரிந்து வைத்திருக்க வேண்டும்.

ரத்த சோகை, மிகை ரத்த அழுத்தம், ஊட்டச் சத்து குறைபாடு போன்ற நோய்கள் இந்தக் காலத்தில் அதிகளவு வருகின்றன.

மூல நோய் வருவதற்கும் கர்ப்பக் காலம் ஒரு முக்கியக் காரணம். கர்ப்பிணிகளுக்கு அடிக்கடி ஏற்படும் பிரச்னை மூலநோய். பெரும் பாலும் தற்காலிகமாகவே இருக்கும்.

கருப்பை பெரியதாகவும், குடல்களின் இயக்கம் சரிவர நடக்காமல் போவதும், ரத்த ஓட்டத்தில் தடை ஏற்படுவதும், தொடர்ச்சியாக மலச்சிக்கல் இருப்பதும்தான் இந்தத் தற்காலிக மூல நோய்க்குக் காரணம்.

கர்ப்பக் காலத்தில் சில கர்ப்பிணிகளுக்கு கீழ்ப்புற உறுப்புகளின் நாளங்கள் வீங்கிவிடும். இதற்குக் காரணம் கருப்பைப் பெரிதாகி கீழ் வயிறு மற்றும் இடுப்புக் கூட்டுப் பகுதியிலுள்ள ரத்த நாளங்களை அழுத்துவதுதான். இவ்வாறு அழுத்துவதால் பாதிக்கப்பட்ட இடத்தி லிருந்து ரத்தம் வெளியில் செல்லாது.

இத்தகைய நிலைகளில் கணுக்காலிலிருந்து தொடை வரை வீக்கம் இருக்கும். சில சமயங்களில் முழங்காலுக்கு கீழேயும் வீங்குவதுண்டு. இல்லாவிட்டால் கெண்டைக்கால் சதையிலுள்ள நரம்பு மட்டும் வித்தியாசமாக வீங்கித் தெரியும். இதன் பாதிப்பு கால்களின் ஒரு பக்கத்திலோ, இரு பக்கத்திலுமோ இருக்கும்.

நோயின் துவக்கத்தில் ரத்த நாளம் சிவந்து காணப்படும். முடிச்சு முடிச்சாகவும் அங்கங்கே வீங்கியும் சமயங்களில் கரு நீல வண்ணத் திலும் காணப்படுவதுண்டு.

நோயாளி படுக்கும்போது வீக்கம் குறையும். கால்களைத் தூக்கி மேலே வைத்திருக்கும் பொழுது கால்களின் வீக்கம் குறையும்.

அதிக நேரம் நிற்பதாலோ அல்லது கால்களைத் தொங்கப் போட்டுக் கொண்டிருப்பதாலோ பாதிப்பு அதிகமாகும்.

துவக்கத்தில் நரம்புகளில் வலி தெரியாது. அதன் பிறகே வீக்கம் அதிகமாகும்.

இந்த பாதிப்பு கால்களில் மட்டுமின்றி, மலக் குடல் பகுதியிலும் ஏற்படும். பிரசவத்திற்குப் பிறகு கர்ப்பிணியின் கருப்பை அழுத்தம் குறைவதால் ரத்த நாளங்களை வயிறு, இடுப்புக் கூட்டுப் பகுதி ஆகியவை அழுத்துவது குறையும். இதனால் வீக்கம் குறைவதோடு ரத்த நாளங்களும் தனது இயல்பு நிலைக்குத் திரும்பும்.

மேற்கண்ட நிலை உள்ளவர்களுக்கு மூலநோய் இருப்பதைத் தவிர்க்கவே முடியாது. பிரசவத்திற்குப் பிறகு இது சரியாகி விடும். சிலருக்கு மட்டும் தொடர்ந்து நீடிப்பதுண்டு. உணவு முறையில்

மாற்றம் செய்தும், குடலின் இயக்கத்தை சீர்ப்படுத்தியும் இப்பிரச்னை களைத் தவிர்க்கலாம்.

கர்ப்பிணிகளுக்கு மலத்துடன் ரத்தமும் கோழையும் வெளிப் பட்டாலும், கட்டிகளால் அதிக அழுத்தமோ அதனால் முதுகு வலியோ இருந்தால் மருத்துவப் பரிசோதனை மேற்கொண்டு மூலநோய் இருக்கிறதா என்பதை உறுதி செய்து கொள்ள வேண்டும்.

இவ்வாறே உடற்பருமன் இருக்கும்போது குடல் இயக்கம் சரியாக நடைபெறாததாலும், தொடர்ச்சியான இருமல் இருக்கும்போது மூக்கி இருமுவதால் வயிற்றுப் பகுதி நாளங்கள் அடிக்கடி அழுத்தப் படுவதாலும் நாளடைவில் மூலநோய் வருகிறது.

அடுத்த முக்கியமான காரணம் மலச்சிக்கல். இதைப் பற்றி அடுத்த அத்தியாயத்தில் தெரிந்து கொள்ளுங்கள்.

6. சிக்கல் – உடல், மனம், மலம்

மூலநோய்க்கான மிக முக்கியக் காரணம் மலச்சிக்கல். இதுவே முதன்மையான காரணம் எனவும் கூறலாம். போதிய அளவு உணவு அல்லது திரவம் உட்கொள்ளாத காரணத்தால் அல்லது இரைப்பைத் தசைகள் சீராக இயங்காத காரணத்தால் உண்டாகும் அசௌகரியமான நிலை தான் மலச்சிக்கல். இதனால் வழக்கமாக மலம் கழிக்கவேண்டிய நேரத்திற்கு மலம் கழிக்க இயலாமலும், முக்கி முணகி சிரமத்துடன் மலம் கழிக்க வேண்டிய நிலையும் இருக்கும். மலம் கழித்த திருப்தியும் ஏற்படுவதில்லை.

பொதுவாக ஒரு நாளைக்கு ஒரு முறை மலம் கழிப்பது வழக்கம் என்றால் சிலருக்கு ஒரு நாளைக்கு மூன்று முறை அல்லது வாரத்திற்கு மூன்று முறையோ கூட மலம் கழிக்கும் நிலை இருக்கும்.

மலச்சிக்கல்களைப் பற்றித் தெரிந்துகொள்ளும் முன்பு குடல் இயக்கத்தைப் பற்றி தெரிந்துகொள்வது நல்லது.

குடல் இயக்கம்

குடல் என்பது இரைப்பைக்குக் கீழே தொடங்கி குதம் வரைக்கும் நீண்டுள்ள ஒரு சதைக் குழாய். இது சிறு குடல், பெருங்குடல் என இரண்டு பிரிவுகளாக இருக்கிறது என்பதையும் கடந்த அத்தியாயத்தில் தெரிந்து கொண்டிருப்பீர்கள்.

ஜீரணமான உணவின் பெரும்பகுதியை சிறுகுடல்தான் சக்தியாக மாற்றுவதற்காக எடுத்துச் செல்கிறது. இரைப்பையில் ஜீரணிக்கப் படாத நீர், தாதுக்கள் போன்றவற்றை பெருங்குடல் உறிஞ்சி மிஞ்சிய கழிவுகளை உடலிலிருந்து வெளியேற்றுகிறது. குடல்களில் ஏற்படும்

அலையடிப்பது போன்ற இயக்கங்கள் உணவுகளை குடல்களுக்குள் கடத்திச் செல்கின்றன.

உணவு ஜீரணமானது போக எஞ்சியுள்ள கழிவு பொருள்களும், நீரும் பெருங்குடல் சுருக்கத்தின் வழியாக மலக்குடலுக்கு வருகிறது. இந்த நிலையில் மலம் வெளியேற்ற வேண்டும் என்ற உணர்வுகள் அதிக மாகும் போது மலக்குடல் சுருக்கத்தின் வழியாக மலம் வெளியேறு கிறது.

மலம் வெளியேறாவிட்டால் தண்ணீர் முற்றிலுமாக உட்கிரகிக்கப் பட்டு மலம் இறுகி விடும். அப்படி இறுகுகிற மலத்தை வெளி யேற்றுவது சிரமம் ஆகி விடுகிறது. இதுவே மலச் சிக்கல்.

பொதுவாக நம் நாட்டில் மலம் கழிப்பதைக் காலைக் கடன்களில் ஒன்றாகச் சொல்வார்கள். தினமும் உடலில் இருந்து அகற்றப்பட வேண்டிய அதாவது கழிக்கப்பட வேண்டிய மலம் கழிக்கப்பட வேண்டும். அவ்வாறு கழிக்கப்படாத நிலையில் சுமை குடலில் அதிகரித்து தொல்லை தொந்தரவு - சங்கடம் எல்லாம் வரும். இப்படி குடலியக்கத்தில் ஏற்படும் சிக்கலே மலச் சிக்கல்.

நாம் தினம்தோறும் திடப் பொருளாகவும், திரவப் பொருளாகவும் உணவுப் பொருள்களைச் சாப்பிடுகிறோம். இவற்றில் ஜீரணிக்கப் பட்டவை போக கழிவுகள் வியர்வையாகவும், சிறுநீராகவும், மலமாகவும் உடலை விட்டு வெளியேறுகின்றன.

இவையெல்லாம் ஒரு குறிப்பிட்ட கால அவகாசத்தில் நடக்கிறது. இப்படி வெளியேறாவிட்டால் சிக்கல்தான். நாள் ஒன்றுக்கு ஒரு முறை அல்லது இரண்டு முறை மலம் கழிப்பது இயல்பு. இது மூன்று, நான்கு முறையானால் அது கவனிக்கப்பட வேண்டியதாகிறது. இதைச் சாதாரணமாக எடுத்துக்கொள்ளக் கூடாது.

தென் இந்திய மக்களில் பலர் அரிசி வகைப் பொருட்களை உணவாகப் பயன்படுத்துகிறார்கள். அரிசியில் சத்துப் பொருள்களைக் காட்டிலும் கழிவுப் பொருள்கள் அதிகம். ஆகவே நாள் ஒன்றுக்கு ஒரு தடவையோ அல்லது இரு தடவையோ கழிவு வெளியேறுவது சரியானதுதான். மலம் கழிக்கும் அளவும், தடவைகளும் ஒழுங் கில்லாமல் ஏதாவது மாறுதல் ஏற்பட்டால் வயிற்றில் ஒரு மாற்றம் ஏற்படும்.

நாம் வெளியேற்றும் மலத்தின் அளவு, நாம் எவ்வளவு சாப்பிட்டோம் என்பதை மட்டும் சார்ந்தது கிடையாது. நாம் என்ன சாப்பிட்டோம் என்பதைப் பொருத்து அமையும்.

சைவ உணவு சாப்பிடுபவர்களுக்கு மலத்தின் அளவு மற்றும் எடை அதிகமாக இருக்கும். காரணம் காய்கறிகளை சாப்பிடும்போது இதன் சத்துக்களை இரைப்பையும், சிறு குடலும் உறிஞ்சி எடுத்துக் கொண்ட பிறகு, மிஞ்சுகின்ற சக்கையின் அளவு அதிகம். ஆனால் மாமிசம் சாப் பிட்டால் சக்கையின் அளவு குறைச்சலாக இருக்கும்.

அதனால்தான் அசைவ உணவு சாப்பிடும் மேலைநாட்டினர் சராசரியாக ஒரு நாளைக்கு ஐம்பது அல்லது அறுபது கிராம் அளவுக்கு மலம் கழிக்கிறார்கள். ஆனால் அதிகமாகச் சைவ உணவும் அவ்வப்போது அசைவ உணவும் சாப்பிடும் நாம் சராசரியாக ஒரு நாளைக்கு 150 கிராமி லிருந்து 350 கிராம் வரை மலம் கழிக்கிறோம். சக்கையின் அளவு கூடுதலாக இருந்தால் மலத்தை வெளியேற்றும் பெருங்குடல் தனது வேலை பளுவைக் குறைத்துக் கொள்ளும்.

மலச்சிக்கல், குடல் விரிவடைந்த நிலையிலும், குடலில் அழுத்தம் ஏற்பட்டாலும், ஆசன வாய்க்கும் மலக் குடலுக்கும் இடையே உள்ள நரம்புகளின் செயல் திறனில் சிக்கல் ஏற்பட்டாலும் உண்டாகும்.

மலச்சிக்கல் யாருக்கு வரும்?

மலச்சிக்கல் என்பவர்களில் பெரும்பான்மையோர் வயோதிகர்கள், உடல் உழைப்பு இல்லாதவர்கள். அதிக அளவு டீ, காபி அருந்துபவர் களாகவே இருப்பார்கள். தற்கால நவ நாகரீக உலகில் மலச்சிக்கல் - சுலபமாக மலம் கழிக்க முடியாத நிலை அதிகரித்து வருகிறது.

- சிலருக்கு சுலபமாக மலம் கழித்துவிட்டால் அதுவே அவர்களுக்கு பரம திருப்தி.

- சிலர் காலையில் மட்டும் மலம் கழிப்பர். சிலர் காலை மாலை அல்லது இரவு என்று 2 வேளை மலம் கழிப்பர்.

- சிலர் தினமும் மலம் கழியாமல் ஒரு நாள் விட்டு மறு நாள் மலம் கழிப்பார்.

- தினமும் மலம் போகிறது. ஆனால் எனக்கு மலச் சிக்கல் என்று கூறுபவர்களும் உள்ளார்கள்.

- மலம் கழிக்காமல் சிரமப்படுவது மட்டுமின்றி, காரணம் புரியாத ஒரு நாளைக்கு நான்கைந்து முறைக்கு மேல் போகும் பேதியும் மலச்சிக்கல்தான்.

மலச்சிக்கலுக்கு பொதுவான காரணம்

மலச்சிக்கலுக்கான பொதுக் காரணத்தை இரண்டாகப் பிரிக்கலாம். அவை: உளவியல் காரணிகள், உடலியல் காரணிகள்

உளவியல் காரணங்கள்

மனதில் தோன்றும் உணர்ச்சி மாற்றங்கள், கொந்தளிப்பு ஆகியவை மலச் சிக்கலுக்கு முக்கியமான காரணங்கள். அதிக அளவு உணர்ச்சியை வெளிப்படுத்துவதைக் காட்டும் அறிகுறியாக பேதி கருதப்படுகிறது.

அவ்வாறே உணர்ச்சிகளை அடக்கி வைப்பதன் அறிகுறியாக மலச் சிக்கல் கருதப்படுகிறது.

மன இறுக்கம், பரபரப்பு, கோபம், நிதானமின்மை, வெறுப்பு ஆகிய வற்றால் கூட மனம் பாதிக்கப்பட்டு, மனத்தில் சிக்கலை உண்டாக்கி மலச்சிக்கலை உண்டாக்கலாம்.

மனச்சிக்கல், மலச்சிக்கலை உண்டாக்குவதோடு மட்டுமன்றி மூலம் போன்ற தொந்தரவுகளையும் உண்டாக்கலாம்.

இவர்களுடைய கொள்கைகளும், கோட்பாடுகளும் நடைமுறைக்குச் சாத்தியமாகாத வகையில் இருப்பதால் தங்களையும் வருத்தி, பிறரையும் வருத்தப்படுத்துவர்.

அன்றாட செயல்களில் ஏற்படும் போராட்டங்களைச் சமாளித்து ஒத்து நடக்க இயலாதவர்களில் மலச் சிக்கலுக்கு மட்டும் அடிக்கடி ஆளா கின்றனர். இப்படிப்பட்டவர்கள் வளைந்து கொடுக்காத தன்மை படைத்தவர்களாகவும் மன அழுத்தமும் பகைமை உணர்வும் கொண்டவர்களாகவும் பிரச்னைகளைத் தீர்ப்பதில் ஆர்வமுடையவர் போலவும் காணப்படுவார்கள்.

அடிக்கடி பேதிக்கு ஆளாகிறவர்கள் பெரும்பாலும் மென்மையான சுபாவமும், மேம்போக்கான குற்றவுணர்வும், ஆழமாகப் புதைந்த வெறுப்புணர்வும் கொண்டவர்களாக இருப்பார்கள். தனது பிரச்னை யைத் தீர்க்க முயலுவதில் இயலாமையைக் காட்டுவார்கள்.

மலச்சிக்கலுக்கும், பேதிக்கும் மாறிமாறி ஆட்படுவோரின் மன உணர்ச்சிகளும் மாறிக் கொண்டே இருக்கும். எனவே மனப் போராட்டத்தின் எதிர்விளைவாக உடலியக்கத்தில் தோன்றும் மாறுபாடுகளே நாட்பட்ட பேதியும், மலச் சிக்கலும் தோன்றுகிறது.

உடலியல் காரணிகள்

போதுமான அளவு தண்ணீர் குடிக்காதது முதல் நார்ச் சத்துள்ள உணவுகளைக் குறைவாக சாப்பிடுவது வரையில் மலச்சிக்கலுக்குச் சொல்லி முடியாத அளவுக்குக் காரணங்கள் உள்ளன. இவற்றில் அதிகமானவை மனிதன் தனக்குத் தானே உண்டாக்கிக் கொள்பவை.

இதில் முதல் காரணம் உண்ணும் உணவுக்குப் போதுமான நீர் அருந்தாமல் இருப்பது.

வெப்ப நாடுகளில் வாழும் நமக்கு உடலில் இருந்து அதிகமாக வியர்வை வெளி வருகிறது. ஆகவே குடல் இயக்கத்திற்கு வேண்டிய அளவு நீர் இல்லாவிட்டால் மலம் இறுகிக் கெட்டியாகி மலச்சிக்கல் ஏற்படுகிறது.

உணவு உண்பதில் சரியான முறையை கைக்கொள்ளாததும் மற்றொரு காரணமாகும். நார்ப் பொருள்கள் இல்லாத உணவுகளைச் சாப்பிடும் போது வெளியேறும் கழிவின் அளவு குறைகிறது.

இந்த உணவுக் கழிவுகள் பெருங் குடலில் இருந்து மலக் குடலுக்குச் செல்வது மெதுவாகவே நடைபெறுகிறது. இதன் காரணமாக மலச்சிக்கல் உண்டாகிறது.

நார்ப் பொருட்கள் உடலுக்குச் சக்தி அளிப்பதில்லை. ஆனால் குடல் சரிவர வேலை செய்ய முக்கியமாக உதவுகின்றது. இதில் ஜீரணிக்க முடியாத செல்லுலோஸ், ஹெமி செல்லுலோஸ் போன்ற பொருட்கள் உள்ளன. ஆகவே நார்ப் பொருட்களிலுள்ள உணவை உண்பதினால் மலம் கழிப்பதன் அளவு அதிகமாகி, மலம் குடலில் தங்கும் நேரமும் குறைக்கப்பட்டு மலச்சிக்கல் தவிர்க்கப்படுகிறது.

மேலும், இவ்வகையான உணவுகளில் நீர்ப்பிடிப்பு அதிகம் இருப்ப தால் கழிவுகள் இளகி வெளியேற உதவுகின்றன.

கழிவறைப் பயிற்சி இல்லாததும் மலச் சிக்கல் உண்டாக ஒரு காரண மாகிறது. கழிவறைக்குச் சென்று மலம் கழிப்பதே ஒரு கலை தெரியுமா? அனுபவிக்க வேண்டிய விஷயம். ஏதோ காரணங் களுக்காகக் கழிவறைக்குச் செல்வதைத் தள்ளிப் போடுவது என்பது தொந்தரவை விலைக்கு வாங்குவதற்குச் சமம். வசதியான கழி வறைகள் இல்லாதது, கழிவறைக்கு செல்லும் பழக்கம் தடைபட ஒரு காரணமாகிறது.

குடலை இளக்குவதற்காகச் சாப்பிடும் பேதி மருந்துகள், கால்சியம் மற்றும் இரும்புச் சத்தாக எடுத்துக் கொள்ளப்படும் பொருட்கள், அலர்ஜி, மனச்சோர்வு, சளித் தொல்லை, ரத்த அழுத்தம், சிறுநீரை அதிகரிக்கச் செய்தல் போன்ற காரணங்களுக்காக சாப்பிடும் மருந்துகள் மற்றும் மாத்திரைகளாலும் மலச்சிக்கல் வருகிறது. இவை தவிர

- குதத்தில் வலி
- குதத் தசையில் சுருக்கம்

- பார்கின்சன் நோய்
- முதுகுத் தண்டுவட நோய்
- முடக்கு வாதம்
- தொற்று நோய்கள்
- சுறுசுறுப்பின்மை
- பயணம்
- மன எழுச்சிக் காரணிகள்
- இரைப்பைக் கோளாறு
- இரைப்பையில் அமிலம் சுரக்காமை
- கணைய நரம்பு பாதிக்கப்படுதல்
- கருத்தரித்தல்
- மகப்பேறுக்குப் பிந்தைய நிலை

ஆகியவற்றால் நாட்பட்ட மலச்சிக்கல் ஏற்படுகிறது.

சிறுவயதிலேயே குழந்தைகளுக்கு மலம் கழிக்கும் முறையைப் பற்றிய போதிய விழிப்புணர்வை ஏற்படுத்தாமை, பொதுக் கழிப்பிடத்தில் மலம் கழிக்கத் தயங்கி மலத்தை அடக்குதல், தவறான பழக்கங்கள், முதியோருக்கு உண்டாகும் அடிவயிற்றுத் தசைகளில் பலவீனம் போன்றவை மலச்சிக்கல் வருவதற்கான பிற காரணங்கள்.

உடற்சார்ந்த மலச்சிக்கல் காரணிகளை இரண்டு வகைகளாகப் பிரிக்கலாம்: பெருங்குடல் மலச்சிக்கல், மலக்குடல் மலச்சிக்கல்

பெருங்குடல் மலச்சிக்கல்

சிறுகுடலிலிருந்து குழம்பாகி வரும் கழிவுப் பொருள்கள், சில காரணங்களால் நீண்ட நேரம் தங்கி விடுமானால் மலம் அதிக அளவு இறுகிவிடும். இதை மலக் குடலுக்கு தள்ளுவது மிக சிரமம் ஆகி விடும். சீக்கிரம் தள்ள முடியாது. இதை பெருங்குடல் மலச்சிக்கல் எனலாம்.

- போதிய அளவு தண்ணீர் அருந்தாமலும், நார்ச் சத்துள்ள கிரை, காய்கள் சேர்க்காத உணவுகளை உண்பதாலும், கிழங்குகளை அதிக அளவு உண்பதாலும் பெருங்குடல் மலச் சிக்கல் தோன்றும்.

- வயதானவர்களுக்கு குடல் தளர்ந்து இருப்பதால் குடல் தசை போதிய அளவு இருக்காது.

- மது, டீ, காபி பருகுபவர்களுக்கும், பெருங்குடல் தசை அசைவுகள் சரியான அளவு இருக்காது.

- உடல் பருமன் உள்ளவர்களுக்கு பெருங்குடல் தசை அசைவுகள் சரியாக இருக்காது.

- மன உளைச்சல், சோர்வு, மற்றும் சில மாத்திரைகளாலும் பெருங்குடல் அசைவுகள் குறையும்.

மேலும், முதுகு நரம்பு பாதிக்கப்படும்போதும் பெருங்குடல் இயக்கம் குறைவதாலும் டைபாய்டு போன்ற நோயுள்ள நேரங்களில் போதிய அளவு தண்ணீர் அருந்தாமல் இருந்தால் பெருங் குடலில் போதிய அளவு தண்ணீர் இல்லாது மலம் இறுகியும், அம்மை, காச நோய், புற்று நோய், பெருங்குடல் வீக்கம், கட்டிகள் ஆகியவற்றின் காரணமாகவும் மலச்சிக்கல் ஏற்படும்.

பசி உணர்வு இல்லாதவர்களுக்கு போதிய அளவு உணவு, தண்ணீர் சாப்பிட முடியாத காரணத்தினாலும் மலச் சிக்கல் வரலாம். பெருங் குடலின் சில பகுதிகளில் அதிக அளவு சுருங்கிய நிலையில் இருக்கும் போது கழிவு பொருட்களை தள்ள முடிவதில்லை. இவை எல்லாம் பெருங்குடலில் மலச் சிக்கல் தோன்றுவதற்கான காரணங்கள் எனலாம்.

மலக்குடல் மலச்சிக்கல்

பெருங்குடலில் இருந்து மலக்குடலுக்கு மலம் வந்து சேர்ந்த பிறகு மலம் கழிக்கும் உணர்வுகள் தோன்றும். நேரம், சூழ்நிலை, இடவசதி யாவும் அமையப் பெற்றால் மலம் கழிக்கிறோம். இந்த தருணத்தில் மலக் குடல் வேகமாக சுருங்கும். இந்த செயலும் நம்மை அறியாமல் ஏற்படுகிறது.

வயிற்று சதை, மூச்சு தசை முதலியவற்றை நன்றாக சுருங்கச் செய்தால் மலம் வெளியேறும். சில காரணங்களால் இந்த இயக்கங்கள் நடைபெறாத தன்மைக்கு மலக் குடல் மலச்சிக்கல் என்று குறிப்பிட லாம். அவை ஏன் ஏற்படுகின்றன என்றால்,

- சரியான நேரத்தில் மலம் கழிக்க வேண்டும் என்ற பழக்கம் இல்லாதது

- சுத்தம், சுகாதாரம் இல்லாத கழிப்பறைகளை பயன்படுத்தும்போது மனநிலை ஒத்துப் போகாதது

- வயதானவர்கள், நோயாளிகள் வயிற்று சதை பகுதி, நுரையீரல் சதை பகுதியை சுருங்க வைக்கும் வலிமை குறைவதால் மலத்தை வெளியேற்றும் திறமையின்றி உள்ளேயே மலம் இறுகிப் போய் மலக்குடலில் அதிக அளவு தங்குதல்

- மேல் நாட்டு பழக்க கழிவறை, இந்திய பழக்க கழிவறை இவைகளில் பழக்கப்பட்டவர்கள், கழிவறைகள் மாறும் சூழ்நிலையில் மலம் கழிக்க கஷ்டப்படுதல், மூலம், அறுவை சிகிச்சை செய்யப்பட்ட ஆசன வாய், புண்ணுடன் கூடிய ஆசன

வாய் வழியாக மலம் வெளியேறும்போது கடுமையான வலி ஏற்
படும்.

- மலம் கழிந்தால் வலி ஏற்படும் என்ற பயம் காரணமாக மலம் கழிப்பதை ஒத்தி போடுதல், அவசர வேலை, பிரயாணங்களின் போது சரியான கழிப்பறை வசதி மற்றும் நேரம் இல்லாத காரணத்தால் மலம் கழிக்கும் உணர்வுகளை தள்ளி போடுதல்

- முதுகு நரம்பு வியாதிகள் போன்ற வியாதிகளால் மலக் குடலில் மலம் நேர்ந்த உணர்வு இல்லாத நிலை

- நீண்ட தூர பயணத்தின் போது சீதோஷ்ண நிலைகள் மாறுதல்

- மலக்குடலில் ஏற்படும் வியாதிகள், கட்டிகள் ஆகியவற்றின் காரணமாக மலக்குடல் மலச்சிக்கல் ஏற்படலாம்.

மலச் சிக்கலால் ஏற்படும் தீமைகள், நோய்கள்

சில நோய்களால் மலச்சிக்கல் வரலாம்; மலச் சிக்கலினால் சில வியாதிகள் வரலாம். இந்த நிலை முதியவர்களிடம்தான் அதிகம் தோன்று கிறது. இதனால் அவர்களுக்கு நரம்புகள் பாதிப்பும், ஆசன வாய் வழியாகக் குடல் இறக்கமும் உருவாகிறது.

இறுகிய மலத்தை வெளியேற்றும்போது ஆசனவாயின் உட்பகுதி வெளிபகுதியில் கீறல்கள் ஏற்பட்டு

- புண்ணாதல்
- மந்த நிலை
- தலை வலி
- பசியின்மை
- மலம் கழிக்கும் உணர்வுடன் கூடிய வலி அடி வயிற்றில் மெல்லத் தோன்றி வயிறு முழுவதும் பரவுதல்
- மலம் இறுக்கமாகி வெளி வராத நிலை
- குதத்தில் எரிச்சல்
- குடல்களில் தோன்றும் கெட்ட வாயுக்களால் ரசாயன மாறுபாடுகள் தோன்றி தோல் நோய்கள் ஆகியவை தோன்றும்.

மலச்சிக்கலால் வயிறு உப்புசம் ஏற்பட்டு வயிற்று வலி, பசியின்மை ஏற்படலாம். சரியான அளவு சாப்பிட முடியாததால் உடலில் சக்தி இன்மை, அசதி, உற்சாகம் இன்மை, ரத்த சோகை, நரம்பு தளர்ச்சி நோய்கள் ஏற்படலாம்.

சரியாக மலம் கழிக்க முடியவில்லையே என்ற மனச் சோர்வினால் மன நோய் ஏற்படலாம். சில நோய்கள் இருந்தால் மலச்சிக்கல் வரலாம். அவை:

* சர்க்கரை நோய்: நீரிழிவு நோயாளிகளில் 60% பேர்களுக்கு மலச்சிக்கல் ஏற்படுகிறது

* தைராய்டு சுரப்பி குறைவாகச் சுரத்தல்

* ரத்தத்தில் சுண்ணாம்பு அதிகரித்தல்

* பொட்டாசியம் குறைதல்

* மாதவிடாய் வருவதற்கு முந்தைய நிலை

* கர்ப்ப காலம்

* மரபு வழியாக வரும் போர்ப்பைரியா வளர்சிதை மாற்றப் பிழை காரணமாக (நரம்பு மற்றும் தசைத் திசுக்களில் நோய்க்குறி மாறுதல்களை ஏற்படுத்துகிறது. சில நோய்களில் மலம் அல்லது சிறுநீர் அல்லது இரண்டிலும் போர்ப்பைரின் இருக்கும்)

* வெளி நரம்பு மண்டலம் பாதித்தல்

* சாகாஸ் எனப்படும் நோய்

* நரம்புகளின் இணைப்புத் திசுக் கோளாறு

* தானியங்கி நரம்பு மண்டல நோய்

* தசைகளில் ஏற்படும் நோய்

* வயிற்றுப் பகுதிகளில் திசுக்கள் கெட்டிப்பட்டு பெருக்கமடைதல்

* காயம்

* தண்டு வடத் திசுக்கள் சிதைவதால் உண்டாகும் உறுப்புக் கோளாறுகள்

* விரல்கள் நடுக்கம், உறுப்புகள் நடுக்கம் போன்ற உணர்வு, போதைப் பொருட்களால் உண்டாகும் நடுக்கம்

* நரம்பு நலிவு, மற்றும் நச்சுப் பொருள் தாக்கத்தால் 40 வயதுக்கு மேற்பட்ட பிரிவினருக்கு மலச்சிக்கல் ஏற்படுகிறது

* மூளை, ரத்தக் குழாய் தொடர்புடைய ரத்தக் குழாய் அடைப்பு காரணமாக மூளையில் ரத்தம் பாய்தல் பாதிக்கப்படுதல்

* அமைலாய்ட் திரட்சி நோய், (ஏதேனும் உறுப்பில் குறைப்பாக நுரையீரலிலும், சிறுநீரகத்திலும், அமைலாய்ட் எனப்படும் மாவுச் சத்து போன்ற பொருள் படிதல்)

* தோல் வீக்கம் (தோலிலும் தசைகளிலும் ஏற்படும் கடுமையான வீக்கம்)

மேற்கண்ட காரணங்களால் மலச்சிக்கல் உண்டாகிறது. மலச் சிக்கலுக்கு ஏதேனும் நோய் காரணமாயிருந்தால் அந்த நோய்க்குரிய சிகிச்சையை முதலில் மேற்கொள்ள வேண்டும்.

நோயின் ஆரம்ப நிலையில் இருப்பவர்கள், உண்ணும் உணவு வகை களை வகைப்படுத்தி உண்ண வேண்டும். கீரை வகைகள், பழச்சாறு, காய்கனிகள் குடல் இயக்கத்தை சீராக்கும் தன்மை உடையன.

வயதானவர்களுக்கு மலச்சிக்கல்

முதியவர்களுக்கு வரும் மலச்சிக்கலைப் பற்றி தெரிந்து கொண்டால் அதை தடுப்பது எளிதாக இருக்கும். பெரும்பாலும் அவர்களுக்கு ஏற்படும் மலச்சிக்கல் பின்வரும் காரணங்களால் ஏற்பட்டதாக இருக்கும்.

- பெரும்பாலான முதியோருக்கு அவர்களின் இளமைக் காலத்தில் இருந்தே இச்சிக்கல் இருந்து வந்திருக்கலாம்.

- சிலருக்கு குடல் வியாதி அல்லது உடலில் வேறு ஏதேனும் வியாதி அல்லது மருந்துகள் சாப்பிடுவதால்

- வயதானவர்களுக்கு மனநிலை சரியில்லாமை, மற்றும் மனச் சோர்வுடன் இருப்பது

- கழிப்பறை வசதியின்மையால் மலம் கழிக்க வேண்டிய எண்ண மின்றி மலம் கழிக்காமல் இருப்பது, அதனால் மலம்குடலில் தங்கி குடல் விரிவடைவது போன்ற காரணங்களால் மலச்சிக்கலும், குடல் திருகலும் ஏற்பட்டு குடல் அடைப்பு போலத் தோன்றும். மலம் இறுகி புண் ஏற்பட்டு ரத்த ஒழுக்கு வரலாம். குடல் விரிந்து ரத்த ஓட்டம் குறைவதால் நெஞ்சு வலியும், மயக்கமும் வரலாம்.

- மலம் பெருங்குடலில் தேங்கி, முழுமையாக பெருங் குடலை அடைப்பதால், அந்த இடத்தில் தேங்கியுள்ள அசுத்த நீர் மட்டும் கசிந்து, கொஞ்சம் கொஞ்சமாய் வெளியேறும் - அது வயிற்றுப் போக்குப் போலக் காணப்படும்.

- சிலருக்கு நாட்பட்ட வியாதிகளின் காரணமாகப் படுத்தப் படுக்கை யாகக் கிடக்கும் போது - உடல் உழைப்பு இல்லாத காரணத்தால் கூட மலம் வெளியேற இயலாமல் அதாவது, உடம்பில் தெம்பு இல்லாததால் குடலில் மலம் தங்கி மலச்சிக்கல் உருவாகலாம்.

பெண்களுக்கு மலச்சிக்கல்

நடுத்தர வயதினருக்கு குறிப்பாக பெண்களுக்கு அதிக அளவில் மலச் சிக்கல் ஏற்படுகிறது. இவர்களில் 30 சதவீதத்தினர் தீவிர மலச்சிக்கல் உள்ளவர்கள். இவர்களுக்கு நார்ச் சத்துள்ள உணவு வகைகளைச் சாப்பிட்டாலும் சரியாகாது.

பொதுவாக இம்மாதிரியான மலச்சிக்கல் உள்ள 70 சதவீத பெண் களுக்குக் குடல் சரியாகச் சுருங்கி விரிவதில்லை.

குடல் வியாதிகளோ, ஆசனவாய் வியாதிகளோ, சிலருக்குக் குறிப்பிட்ட காரணம் இல்லாமலோ மலச் சிக்கல் வரலாம். இதைக் காரணம் அறிய முடியாத மலச் சிக்கல் என்கிறார்கள்.

நாட்பட்ட குடல் அழற்சி நோயால் இளவயது, நடுத்தர வயதுப் பெண்கள் அதிகம் பாதிக்கப்படுகிறார்கள்.

மலச்சிக்கலில் ஆண்களைவிட பெண்களே அதிகமாகச் சிக்கிக் கொள்கிறார்கள். இவர்களுக்கு அடிவயிற்றில் வலி, நெஞ்செரிச்சல், வயிற்று உப்புசம், சிறுநீர் கழிப்பதில் சிரமம் ஆகியவை இருக்கும்.

கர்ப்பக் காலத்தில்தான் அதிகளவில் மலச்சிக்கல் தோன்றுகிறது என ஏற்கெனவே குறிப்பிட்டுள்ளோம்.

குழந்தைகளுக்கு மலச்சிக்கல்

பிறந்த குழந்தைகளுக்கும் மலச்சிக்கல் இருப்பது வேதனையான செய்தியாகும்.

பிறந்த குழந்தைகளுக்கு ஆசன வாய்க்கு மேல் உள்ள நரம்பு மண்டலத்தின் நரம்புகள் சரிவர இல்லாமல் இருந்தால், அந்த இடத்திலுள்ள குடல் பகுதி சுருங்கி விரியாமல் போய்விடும்.

இத்தன்மையுள்ள குழந்தைகள் இரண்டு அல்லது மூன்று நாட்களுக்கு ஒரு முறைதான் மலம் கழிப்பார்கள். அதுவும் சிரமத்துடன் முக்கி முக்கிப் போவார்கள். இதனால் குடல் விரிவடைந்து, வயிறு வீங்கி பெரிதாகத் தெரியும்.

இந்தக் குழந்தைகளுக்குச் சிகிச்சையாக - நரம்பு இல்லாத பகுதியை அகற்றினால் அறுவை சிகிச்சை மூலம் சரி செய்யலாம்.

சில குழந்தைகளுக்குக் காரணங்கள் எதுவும் இல்லாமலேயே மலச்சிக்கல் இருக்கும். இதை நோய் மூலம் அறிய முடியாத குழந்தைப் பருவ மலச்சிக்கல் என்கிறோம். உடனடியாக மருத்துவப் பரிசோதனை செய்து பிரச்னையை தீர்க்க வேண்டும்.

மலச்சிக்கல் தடுக்கும் வழிமுறைகள்:

எந்த வேலை காரணமாகவும் மலம் கழிப்பதைத் தள்ளி போடக் கூடாது. குறிப்பிட்ட நேரத்தில் மலம் கழிக்க வேண்டும் என்ற பழக்கத்தை கடைப்பிடித்தால் மலச்சிக்கல் வராமல் தடுக்கலாம்.

மலச்சிக்கல் ஏன் வந்தது என்ற சரியான காரணத்தை உதாரணமாக நோய் தாக்குதல், கட்டிகள் போன்றவற்றை ஆரம்பத்தில் சரியான முறையில் பூர்ணமாக சிகிச்சை செய்து கொள்ள வேண்டும்.

கழிவறை சுத்தமாகவும், சுகாதாரமாகவும் இருக்க வேண்டும். மலம் கழிக்க வேண்டும் என்ற உணர்வு ஏற்பட்ட உடன் மலம் கழிக்க வேண்டும்.

பயணத்தின் போது வெளி ஊர்களுக்கு செல்லும் போதும் முதலில் மலம் கழிக்கும் அறையை பார்த்து வைத்துக் கொள்ள வேண்டும். இதனால் மலம் கழிப்பதை தள்ளிப் போடும் நிலை ஏற்படாது.

உணவில் அதிக நார்ச்சத்து காய், கீரைகள் தினமும் அதிக அளவு சேர்த்துக் கொள்ள வேண்டும்.

சர்க்கரை நோயாளிகள் தவிர மற்றவர்களின் தினமும் ஏதாவது ஒரு பழம் சாப்பிட்டு வர வேண்டும். தினமும் போதிய அளவு தண்ணீர் அருந்த வேண்டும். தினமும் உடற்பயிற்சி செய்து வந்தால் வயிற்று சதை மூச்சு சதை பகுதிகள் பலம் பெற்று மலம் வெளியே தள்ள சுலப மாகும். காபி, டீ போன்றவைகளை தவிர்க்க வேண்டும். மதுவை அறவே நீக்க வேண்டும். அதிக வேகம், அதிக கவலை, மன சோர்வு போன்றவைகளை நீக்க வேண்டும்.

அடுத்து உணவுகள் மூலம் மலச்சிக்கல் குணப்படுத்தலாம். தினமும் கீரைகளை குறிப்பாக துத்தி கீரை, தாளிக்கீரை, சுக்கான் கீரை, வெந்தயக் கீரை போன்றவை மலத்தை இளக்கி வெளியேற்றும்.

உணவுகள் சாப்பிடும் போது மூன்றில் ஒரு பங்கு சாதம் அல்லது ரொட்டி, சப்பாத்தியும் மூன்றில் இரண்டு பங்கு காய் கீரைகளையும் சேர்த்து வந்தால் மலச்சிக்கல் போன்ற வாய்ப்பே இல்லை என்று உறுதியாக கூறலாம்.

தினமும் ஆரஞ்சு, சாத்துகுடி, திராட்சி போன்ற பழங்களை தோலுடன் சாப்பிட்டால் மலம் சுலபமாக கழியும்.

மலம் கடினமாக இருந்து வெளியேறாவிட்டால் எனிமா கொடுத்தால் மலச்சிக்கல் தீரும். எனிமா பழக்கத்தை தொடர்ச்சியாக ஏற்படுத்திக் கொள்ளக் கூடாது. இதனால் குடல் அழற்சி போன்ற பாதிப்புகள் ஏற்படக் கூடும்.

விழிப்புணர்வு

மலச்சிக்கலை நோய் என்றும் சொல்ல முடியாது. நோய் அல்ல என்று தள்ளவும் முடியாது. ஏனென்றால் இதுதான் மலச்சிக்கல் என்று

அறுதியிட்டுச் சொல்ல முடியாத சிக்கலான ஒரு வார்த்தை மலச்சிக்கல்.

சரியாக மலம் கழிக்க இயலாதபோது, முக்கி முக்கிப் போகும்போது, இறுகிய மலமாகப் போகும்போது, மலத்தின் அளவு குறைவாகப் போகும்போது, வலியோடு மலம் போகும்போது, மலம் கழித்த பிறகும் இன்னும் போக வேண்டும் போலிருப்பது போன்ற காரணங்கள் இருக்கும் போது, நமக்கு மலச்சிக்கல் இருக்கிறது என்று நினைத்துக் கொண்டு மலச்சிக்கல் இல்லாதவர்கள் கூட மலமிளக்கி மாத்திரைகளின் உதவியை துணையைத் தேடுகிறார்கள். (இது கொஞ்சம் ஓவர் மட்டுமல்ல, டேஞ்சரும்கூட)

மலமிளக்கி மாத்திரைகளைச் சாப்பிட்டு வயிற்றில் பாதிப்புகளை உண்டாக்கிக் கொள்வதோடு, அதனால் குடலில் ஏற்பட்ட வயிற்றுக் கோளாறுகளை அறியாமல் வாழ்ந்து கொண்டிருக்கிறார்கள்.

மேலை நாடுகளில் வாரத்திற்கு 2 அல்லது 3 தடவை என்ற அளவில் சிறிதளவே மலம் கழிக்கிறார்கள். உலகம் முழுவதும் உள்ள பொது வான பிரச்னை மலச்சிக்கல் என்றாலும் அவர்களின் உணவு உண்ணும் பழக்க வழக்கங்கள் தட்ப - வெப்ப வேறுபாடுகள் காரணமாக வித்தியாசப்படுகிறது.

பொதுவாக வாரத்தில் இரண்டு அல்லது மூன்று முறை மிகுந்த சிரமத்தோடு மலம் கழிக்கப்படுவதே மலச்சிக்கல். 1982-ஆம் ஆண்டு புள்ளி விவரப்படி, மலமிளக்கி மாத்திரைகள் 368 கோடி டாலருக்கு மேல் விற்பனையாகி இருக்கின்றன என்றால் உலக அளவில் மலச் சிக்கல் உள்ளோரின் எண்ணிக்கையைப் பார்த்துக் கொள்ளுங்கள்.

பெரும்பாலும் மாத்திரைகள் தேவையில்லாமல் பயன்படுத்தப் பட்டது இதற்கு முக்கியக் காரணம்.

மலச்சிக்கலைப் போக்க மருந்துகளை உட்கொள்வதால் மட்டுமே பயனில்லை. மலச் சிக்கலைப் பற்றியும், அதைப் போக்கும் விதம் பற்றியும் விரிவாக எடுத்துக்கூற வேண்டும். குடலின் இயக்கம், செரிமானம், எப்படி மலம் உருவாகி வெளியேறுகிறது என்பது பற்றி மலச் சிக்கல் ஏற்பட்டவருக்கு விளக்குவது அவசியம்.

வழக்கமாக நடைபெறும் குடலின் செயல்பாடுகளை பாதிக்கிற நரம்பு தொடர்பான பிரச்னைகள் குறித்தும் அறிந்து கொள்ள வாய்ப்பினை ஏற்படுத்த வேண்டும்.

மலம் கழிக்க வேண்டும் என்று தோன்றுகிற சமயத்தில் அதை அடக்கி வைத்தல், உணவுக்குப் பிறகு இரைப்பைக் குடல்

கழிவுகளை அடக்குதல் போன்றவற்றால் பாதிப்புகள் ஏற்படுவதை மலச்சிக்கல் உள்ளவர்கள் தெரிந்து கொண்டால் மலச்சிக்கல் வரவிட மாட்டார்கள்.

மலத்தை இளக்கும் முறைகள்

நார்ச்சத்துள்ள உணவுகளை நிறைய உண்ண வேண்டும். கேழ்வரகு, கோதுமை, தினை, கொள்ளு, கீரை, வாழைத்தண்டு, முட்டைக் கோஸ், காலிபிளவர், புடலங்காய், பாகற்காய் முதலிய காய் களிலும், பேரீச்சம்பழம், அத்திப்பழம், மாம்பழம் முதலியவற்றில் நார்ச்சத்து உள்ளது.

வாழைப்பழம் மலச்சிக்கலுக்கு மிக நல்லது என்று எல்லோரும் நினைக்கிறார்கள். ஆனால் அதில் நார்ச்சத்து மிகவும் குறைவே (0.45%) அதில் மாவுச்சத்து மிகுதி. அதுதான் மலத்தைப் பருக்க வைத்து இளக்கிவிடுகிறது.

நிறைய நீர் அருந்த வேண்டும். சிலர் மலத்தை இளக்குவதற்காக கடுகு எண்ணெய் உட்கொள்வர். இதைத் தொடர்ந்து பயன்படுத்தினால் குடல்களுக்குச் செல்லும் நரம்புகள் பாதிக்கப்பட்டு, குடல்களால் உணவிலிருந்து சத்துக்களை உறிஞ்சும் ஆற்றலும் கெட்டு விடும்.

குடலில் ஏற்படும் கட்டி, புற்றுநோய், அடைப்பு, நீண்ட கால குடலிறக்கம், மூலம், மலவாயில் ஏற்படும் வெடிப்பு முதலான நோய்கள், தைராய்டு போன்ற நாளமில்லாச் சுரப்பி குறைவாய்ச் சுரத்தல், உடலில் சுண்ணாம்புச் சத்து மிகுதல், பொட்டாசியம் குறைதல், மனச்சோர்வு இப்படியான பல காரணங்கள் மலச் சிக்கலுக்கு இருக்கின்றன.

முறையான சிகிச்சையை தகுந்த மருத்துவரிடம் எடுத்துக் கொள்வதுதான் நல்லது.

7. நார்ச் சத்து நன்மை தரும்

மூலநோயின் முதன்மைக் காரணமான மலச்சிக்கலைப் போக்குவதில் நார்ச்சத்து முதலிடம் பெறுகிறது. இச்சத்து உடலுக்கு எந்தவித பலத்தையும் அளிக்கக் கூடியதல்ல. ஆனால் கண்டிப்பாக உடலுக்குத் தேவை. இதன் பயன்களைப் பாருங்களேன்.

* தண்ணீர் குடிக்கத் தூண்டுகிறது

* மலச்சிக்கலைத் தடுக்கிறது

* குடலில் வேலைகள் ஒழுங்காக நடைபெற உதவுகிறது

* குடல் புற்றுநோய்கள் வரும் வாய்ப்பை குறைக்கிறது

* சர்க்கரை மற்றும் கொழுப்புப் பொருட்களை சீராகச் செரிமானம் செய்வதற்கு உதவுகிறது

* மாரடைப்பு, மூலநோய், நீரிழிவு, பித்தப்பை கற்கள், வயிற்றில் ஏற்படும் எரிச்சல் போன்றவை வருவதில்லை

* நீரை உறிஞ்சி வைத்துக் கொள்வதால் அதிகப்படியான திரவத்தின் தேவையில்லாமலேயே நச்சுப் பொருட்கள் குடலுக்குள் சென்று அமர்ந்து விடும்

* உணவிலுள்ள நச்சுக்களைக் கட்டுப்படுத்தவும், உணவு பிறகு முழுத் திருப்தியை அளிக்கவும் அதிகளவில் உதவுகின்றன

* மலம் இளகி வெளியேறும்

* ஒரு நாளைக்குத் தோராயமாக முப்பது கிராம் அளவு நார்ச்சத்து சாப்பிட்டால் போதும், நமது ஜீரண மண்டலம் சரியாக இயங்கும்

நார்ச்சத்தின் இவ்வளவு பயன்களைப் பற்றி கூறுகிறீர்கள். நார்ச்சத்து என்றால் என்ன?

நம் ஜீரண மண்டலத்தால் செரிக்க முடியாத மாவுச் சத்துப் பொருள் உள்ளது. இவற்றை செல்லுலோஸ், ஹெமி செல்லுலோஸ் என்பார்கள். இதுதான் நார்ச்சத்து. இதில் இழை போன்ற நார்ச்சத்து, பாகு நிலையில் இருக்கும் நார்ச்சத்து என இரு வகைகள் உள்ளன.

தற்போதுதான் செல்லுலோஸ் என்னும் நார்ச்சத்து நமது உடலுக்கும், குடலுக்கும் ஓர் இன்றியமையாத வேர் சத்து என்று புரிந்து கொண்டுள்ளனர். இருப்பினும் இன்னும் இதனை யாரும் முறையாகப் பயன்படுத்துவதில்லை. செல்லுலோஸ் பொருட்கள் இருப்பதால், சத்துக்கள் உறிஞ்சப்படும்போது சிறுகுடலால் மொத்த சத்துக்களை யும் வடிகட்ட இயலாது. அதனால் கழிவோடு சேர்த்து இவற்றை பெருங்குடலுக்கு அனுப்பிவிடும்.

பெருங்குடல் வரை நீர்ச்சத்தை தன்னுள் தேக்கி, அதாவது தண்ணீரை உறிஞ்சி வைத்துக் கொள்வதால், பெருங் குடலும் மீதமுள்ள தண்ணீர் முழுவதையும் வடி கட்டாமல் மலக்குடலுக்கு எச்சத்தை அனுப்பும். இது பெருங்குடல் கழிவுகளோடு சேர்ந்து மலத்திற்கு திட அமைப்பைக் கொடுப்பதோடு, ஈரத் தன்மையையும் கொடுக்கிறது. இதனால் மலம் கெட்டிப்படாமல் வழவழப்புடன் மலக்குடலை அடைந்து ஆசனவாய் வழியாக வெளியேறுகிறது.

நார்ச்சத்து உருவாகும் விதம்

உடலுக்கு சக்தி தரும் உணவுகளில் கார்போஹைட்ரேட்டுகள் முக்கிய மானவை. சக்தி மாற்றத்திற்கு நமது உடல், கார்போஹைட்ரேட்டைத் தான் தேர்ந்தெடுக்கிறது. இது இல்லாதபோதே புரதமும், கொழுப்பும் எரிக்கப்படுகின்றன. இது உடலில் கீழ்க்கண்டவாறு மாற்றப்படு கின்றன.

ஸ்டார்ச், டெக்ஸ்டிரின், கிளைகோஜன், செல்லுலோஸ் ஆகியவை சேர்ந்த கூட்டு சர்க்கரை. இதற்கு பாலி சாக்ரைடுகள் என்று பெயர். குளுகோஸ், பிரக்டோஸ், காலக்டோஸ் ஆகவும் மாற்றப்படுகின்ற மோனோ சாக்ரைடுகள். இவற்றை ஒற்றை சர்க்கரை என்பார்கள்.

பாலிசாக்ரைடுகளில் சேர்ந்தே செல்லுலோஸ் இருக்கும். செல்லுலோஸ் என்பது வேறு ஒன்றுமல்ல. தாவரப் பொருட்களின் மேலுள்ள நார்ப் பொருளாகும். இது தாவரங்களில் மட்டும் காணப்படுகிறது. விலங்குகளின் செல்களில் சுற்றுச்சுவர் கிடையாது. அதனால் மாமிச உணவு வகைகளில் நார்ச்சத்தின் அளவு குறைவு.

ஆரஞ்சு பழத்தை உரித்துப் பார்த்திருப்பீர்கள். அதில் சுளையை மூடியிருக்கிறதல்லவா மெல்லிய தோல், இது கூட நார்ப்

பொருள்தான். இப்படித்தான் காய்கறிகள், தானியங்கள், தண்டுகள் ஆகியவற்றில் இந்த நார்ப் பொருட்கள் மிகுதியாகக் காணப்படும். உதாரணத்திற்கு வாழைத் தண்டைக் கூட கூறலாம்.

இந்த நார்ப்பொருட்களை ஜீரண நீர்களால் ஜீரணிக்க முடியாது. அதனால் அப்படியே விட்டு விடுகின்றன. நாம் பாலிசாக்ரைட்டுகளை சாப்பிட்டு, அவை நமது சீரண நீர்களால் டை-சாக்ரைட்டுகளாகவும் மோனோ சாக்ரைட்டுகளாகவும் மாற்றப்படுவதே சரியான வழியாகும். அவ்வாறில்லாமல் மோனோசாக்ரைடுகளை மட்டும் நாம் உண்போமானால் செரிமானப் பாதையில் தடைகள் ஏற்படும்; ஆரோக்கியமும் கெடும்.

நார்ச்சத்து அதிகமானால் என்ன ஆகும்?

நார்ச் சத்துப் பொருட்கள் அளவுக்கு அதிகமானால் கால்சியம் சிறிதளவு கட்டுப்படுத்தப்படும். ஒரேயடியாக அதிக நார்ச்சத்தை எடுத்துக் கொண்டால் அடிக்கடி வாயு பிரியும், அடிவயிற்றில் பிடிப்பு ஏற்படும். நார்ச்சத்தின் அளவை சிறிது சிறிதாகவே கூட்ட வேண்டும்.

எலும்பு மெலிதல் நோயுள்ள முப்பது வயதுக்கு மேற்பட்ட பெண்கள் நார்ச்சத்துடன் கூடுதலாக சுண்ணாம்புச் சத்துள்ள உணவை எடுத்துக் கொள்வது நலம். மருத்துவரின் ஆலோசனைப்படி நார்ச்சத்து உண்பதே நல்லது.

நார்ச்சத்தின் அவசியம்

நார்ச்சத்து அடங்கிய உணவு, நமது குடலுக்கு வலிமையை சேர்க்கிறது. இந்த நார்ச்சத்து மலச்சிக்கலுக்கு மருந்தாக அமைகிறது. நார்ச் சத்து உணவுடன் செல்லும் நீரை ஈர்த்துக் கொள்ளும் வேலையைச் செய்கிறது. இதனால் எப்பொழும் மலம் இளக்கமாகவே இருந்து, குடலில் எங்கும் தங்காமல் அவ்வப்போது வெளியேறி விடுகிறது என்பதை முன் பக்கங்களில் குறிப்பிட்டிருக்கிறேன்.

நார்ச்சத்தை உண்ணத் தவறினால், மலம் கெட்டிப்பட்டு இரண்டு அல்லது மூன்று நாட்களுக்கு ஒரு முறைதான் மலம் கழிக்க முடியும் என்ற நிலை உருவாகும்.

மலம் கெட்டிப்படுவதால் சுலபமாக மலத்தை வெளியேற்ற முடியாமல், தேவைக்கும் அதிகமான சக்தியை கொடுத்து முக்கி, முணகி மலத்தை வெளியேற்றுவதால் மலவாயிலுள்ள ரத்தக் குழாய்கள் அதிக ரத்த ஓட்டத்தை கொடுக்க நேரிடுகிறது. இதனால் நாளடைவில் ரத்த குழாய்களில் ரத்த தேக்கம் ஏற்பட்டு வீக்கமடைந்து வெடித்து விடுகின்றன.

இதனால் சரிவர உட்கார முடியாமை, அதிக ரத்த போக்கு, அடிக்கடி மலம் கழிக்க வேண்டும் என்பது போன்ற உணர்வு, ரத்த சோகை, உடல் மற்றும் மனச் சோர்வு, பசியின்மை போன்றவை ஏற்படு கின்றன. ரத்த போக்கால் குடல்களில் சோர்வும், வறட்சியும் ஏற்பட்டு குடல் புற்றுநோயாக உருவெடுக்கும் நிலை ஏற்படுகிறது.

தண்ணீர் உட்பட மிக எளிதில் கிடைக்கும் எந்த பொருட்களையும் நாம் துதிப்பதுமில்லை, மதிப்பதுமில்லை; சாதாரண விஷயமான இயற்கையில் கிடைக்கும் பழங்கள், காய்கள், கீரைகள் மற்றும் முழு தானியங்களில் நார்ச்சத்து அதிகம் உள்ளது.

பழங்கள், காய்களின் தோல்களிலும், தானியங்களில் உமிகளிலும் நார்ச்சத்து உள்ளது. உமி என்பது செல்லுலோஸ் நார்ச்சத்து. தவிடு என்பது தையமின். தவிட்டில் ஏராளமான வைட்டமின்கள் இருப்பது பல ஆராய்ச்சிகள் மூலம் தெரிய வந்துள்ளன.

தானியங்களையும் பயறுகளையும் முதல் நாள் ஊற வைத்து, இரண்டாம் நாள் முளை கட்டுகின்ற போது நார்ப் பொருள் பெருக்க மடைகிறது. முருங்கைக் கீரை, அகத்திக் கீரை, காய்கறிகளில் குறிப்பாக அவரை இனங்களிலும் நார்ச்சத்து அதிகம்.

மாமிச உணவுகளிலும் (பால், முட்டை உட்பட) தோல் நீக்கப்பட்ட தானியங்கள், பருப்புகள் மற்றும் கிழங்குகளில் நார்ச்சத்து இல்லை.

தினமும் வாழைப்பழம் சாப்பிட்டால் கூட ஐம்பது சதவீத அளவு மலச்சிக்கலை தவிர்க்கலாம். ஆனால் இங்கு கவனிக்க வேண்டிய விஷயம் என்னவென்றால், வெறும் சுளையில் போதுமான நார்ப் பொருட்கள் இருப்பதில்லை. மேற்புறத் தோலை லேசாக உரித்து விட்டு நார்ப்பொருளோடு சாப்பிடுவதுதான் நன்மை பயக்கும்.

நமது அறியாமையால் நாம் இயற்கை வழங்கிய நார்ப் பொருளை அகற்றி விடுகிறோம். உதாரணமாக தவிடு நீக்கிய அரிசியைத்தான் வாங்குகிறோம். அரிசியின் மேல் படர்ந்துள்ள நார்ச்சத்தான உமி அல்லது தவிட்டை இழந்து விடுகிறோம்.

இதற்கும் மேலாக ஒரு படி மேலே போய், சிலர் தவிடு நீக்கிய அரிசியை பாலீஷ் போடுவதன் மூலம் உமி என்கிற அந்த நார்ச்சத்து முழுவதையும் முதலிலேயே இழந்து விடுகின்றனர். பிறகு சமைத்து சாப்பிடுவதால் மலச்சிக்களைப் போக்குவதற்கான எந்தப் பலனும் நம்மை வந்தடைவதில்லை. எனவே அரிசியை பாலீஷ் போடுவதை அவசியம் தவிர்க்க வேண்டும்.

அரிசியை ஒரு முறை கழுவி விட்டு இரண்டாவது முறை ஊற வைக்கும் தண்ணீரோடு அரிசியை வேக வைத்து கஞ்சி வடிக்காமல் சாதம் செய்து சாப்பிட்டால் அரிசியிலுள்ள எண்பது சதவீத நார்ச்சத்தை பெறலாம் என்பதில் சந்தேகமில்லை.

இவ்வாறே ராகி (கேப்பை), கோதுமை, கம்பு, சோளம் போன்ற தானியங்களை சுத்தம் செய்து மாவாக அரைத்து அதை அப்படியே சமைத்தால் நமக்கு தேவையான நார்ச்சத்தை பெற்று விடலாம்.

தானியங்களை கழுவி காய வைத்து, பின் அரைத்து அந்த அரைத்த மாவை மீண்டும் சலிப்பதின் மூலம் இந்த தானியங்களிலுள்ள எல்லா நார்ச்சத்தையும் இழந்து விடுகிறோம். அதன் பிறகு சமைத்து சாப்பிடுவது வீணானதாகும்.

இவையனைத்தும் நார்ச்சத்தின் பலன் தெரியாமல் அன்றாட வாழ்வில் நடக்கும் தவறுகள். இவற்றை திருத்தி கொண்டால் நார்ச்சத்து பெற்று நலமோடு வாழலாம்.

நார்ச்சத்து அதிகமுள்ள காய்கறிகள், பழங்கள்

வெண்டைக்காய், முள்ளங்கி, டர்னிப், பீன்ஸ், முட்டைக்கோஸ், வெள்ளரிக்காய், தோலுரிக்கப்படாத உருளை, மக்காச்சோளம், பட்டாணி, கேரட், வெங்காயம், தக்காளி, பச்சை மிளகாய், பாகற் காய், கத்திரிக்காய், பீட்ரூட், கீரைகள், காலிப்ளவர், கீரைத் தண்டு ஆகியவற்றில் நிறைய நார்ப் பொருட்கள் உள்ளன. இவை மலச் சிக்கலைப் போக்கும்.

பழங்களில் கொய்யா, பேரீட்சை, மாம்பழம், ஆரஞ்சு, ஆப்பிள், பப்பாளி, ப்ளம், பீச், திராட்சை, பேரிக்காய், மாதுளை போன்ற வற்றில் அதிக நார்ச்சத்து உள்ளது. இவற்றைத் தொடர்ந்து பயன் படுத்தலாம்.

அடுத்து தண்ணீரின் அவசியத்தைப் பற்றி தெரிந்து கொள்ளுங்கள்.

8. தண்ணீர் தண்ணீர்

மூலநோய்க்கும் தண்ணீருக்கும் என்ன தொடர்பு என்ன நீங்களே ஒருவேளை நினைக்கலாம்.

மலச்சிக்கலுக்கு தண்ணீர் பற்றாக்குறை ஒரு முக்கியக் காரணம்.

காய்கறியோ, பழமோ, அல்லது இறைச்சியோ எந்த விதமான உணவுப் பொருட்களை எடுத்துக் கொண்டாலும் அதில் நீர்ச்சத்துதான் அதிகமாக இருக்கும்.

இந்தச் சத்துள்ள உணவுப் பொருளை சாப்பிடும்போது, உணவானது எளிமையாக ஜீரணமாகிறது. சத்துக்கள் சம அளவில் உடலில் உள்ள உறுப்புக்களுக்குக் கிடைக்கிறது.

அவ்வாறில்லாமல், வறுத்த உணவுகள், ரொட்டி, பிஸ்கெட், உலர் பழங்கள் சாப்பிடும்போது, மலம் கெட்டிப்பட்டு, மலச் சிக்கல் உண்டாகிறது.

இவ்வளவு முக்கியமான தண்ணீரைப் பற்றி கொஞ்சம் சுவாரஸ்யமான தகவல்களை தெரிந்து கொள்ளுங்களேன்.

தண்ணீர் செய்திகள்

- நமது பூமியில் 140 கோடி கியூபிக் கிலோ மீட்டர் பரப்பளவுக்கு நீர் இருக்கிறது. இவற்றுள் 97% கடலில் உள்ளது. 3% நன்னீர் பனிக்கட்டிகளாக உறை நிலத்தில் காணப்படுகின்றன.

- எல்லா உயிர்களின் உடலிலும் நீர் நிறைந்துள்ளது. குழந்தையின் உடல் எடையில் 70 முதல் 75% நீர் இருக்கும். வளர்ந்தவர்களின் உடலில் 60-65% நீர் உள்ளது.

- ஒரு நபருக்கு தினமும் 2.60 லிட்டர் தண்ணீர் தேவைப் படுகிறது. சராசரியாக வாழ்நாளில் 60 ஆயிரத்து 600 லிட்டர் நீர் தேவை.

- ஒரு நபர் உணவில்லாமல் இரண்டு மாதங்களுக்கு மேல் உயிர் வாழலாம். ஆனால் நீரில்லாமல் ஒரு வாரம் வரை தான் உயிர் வாழ இயலும். உடலிலிருந்து 20 சதவீத நீர் வெளியேறினாலே அந்த நபர் உயிரிழக்க நேரிடும். இதனால் தான் தினமும் இரண்டரை லிட்டர் தண்ணீர் அருந்த வேண்டும் என்று வற்புறுத்தப் படுகிறார்கள்.

- நாம் பயன்படுத்தும் ஒவ்வொரு துளி நீரும் கடலில் கலந்து ஆவியாகி மீண்டும் மழைத் துளியாக மண்ணுக்குத் திரும்புகிறது.

- உலகில் பரவலாக நீர் இருந்தாலும் எல்லா இடங்களிலும் ஒரே மாதிரியாக இருப்பதில்லை. ஓரிடத்தில் அபரிமிதமாகவும் மற்றோரிடத்தில் மிகக் குறைவாகவுமே இருக்கிறது.

- மக்கள் பெருக்கமும், நெருக்கமும் கூட மழை மற்றும் ஆற்று நீர் கிடைக்கும் வசதிகளைப் பொறுத்தே இருக்கிறது. பெரும்பாலான நகரங்கள் தங்களுக்குத் தேவையான நீர் வசதியை நிலத்தடி நீரிலிருந்தே பெறுகின்றன.

உயிர் வாழ்வனவற்றில் நீர்

உயிரினங்கள் வாழ்வதற்கு ஆக்சிஜனை அடுத்து மிக அத்தியாவசிய மானது தண்ணீர். இதன் பற்றாக்குறையால் ஏற்படும் மரணங்கள் நாள்தோறும் அதிகரித்து வருகின்றன.

உடலின் பெரும்பாலான வளர்சிதை மாற்றங்கள் உண்டாவதற்கு தண்ணீர் மிக அவசியம். உண்ட உணவு செரிப்பதற்கும், உடலில் ஓடும் ரத்தத்தின் உற்பத்திக்கும் கண்டிப்பாகத் தண்ணீர் தேவைப்படுகிறது.

ரத்தத்துடன் கலக்காத யூரியா, உடலில் கலவாத சர்க்கரை மற்றும் நமது உடலுக்குத் தேவையற்ற பொருட்களை சிறுநீரகங்கள் மூலம் வெளியேற்ற நீர் பயன்படுகிறது.

மலச்சிக்கல் போன்ற குறைபாடுகள் ஏற்படாமல் இருப்பதற்கும், உண்ணும் சத்துப் பொருட்களை ஜீரணித்து உடல் முழுவதற்கும் கொண்டு செல்வதற்கும் தண்ணீரே பயன்படுகிறது! உடலுக்கு நிறைய எதிர்வினைகள் நிகழ்ந்து இறுதியில் உண்டாகும் கழிவுகளும் நச்சுக்களும் உடலிலிருந்து வெளியேற்றப்படுகின்றன. இவையெல் லாம் நீரால் மட்டுமே சாத்தியமாகக் கூடியவை.

உடல் எடையில் எழுபது சதவீத நீர் என்று பார்த்தோம். இதில் 5

சதவீதம் ரத்த பிளாஸ்மா, 50 சதவீதம் இன்ட்ரா செல்லுலர் திரவங்கள் 15 சதவீதம் நிணநீர்.

நாம் உண்ணும் கலோரிகள் மற்றும் சிறுநீரின் குறிப்பிட்ட அடர்த்தி ஆகியவற்றின் தேவையைச் சார்ந்தே உடலுக்குத் தேவைப்படும் நீரின் அளவும் இருக்கும். வயது வந்தவர்களைவிட குழந்தைகளுக்கு அதிகளவில் நீர் தேவை.

ஓர் ஆரோக்கியமான குழந்தை அருந்தும் நீரின் அளவு நாளொன்றுக்கு அதன் உடல் எடையில் 10-15 சதவீதம் இருக்க வேண்டும். அதே வேளையில் வயது வந்தோர் தனது எடையில் 2-4 சதவீதம் நீர் அருந்தினாலே போதும். குழந்தைகளுக்கு அளிக்கப்படும் உணவில் 60 முதல் 70 சதவீதம் வரை நீர் சேர்ந்தது.

உடலுக்குத் தேவையான நீரின் சமச் சீரளவு நாம் உண்ணும் பல்வேறு திரவ வகைகள் உண்ணும் உணவில் உள்ள புரோட்டின் மற்றும் தாதுக்கள் ஆகியவற்றைச் சார்ந்தது.

பெரும்பாலான பழங்களில் 90 சதவீதம் நீர் உள்ளது.

உடலில் நீர் குறைதல்

உடலில் நீரும் உப்பும் குறைதல் பல்வேறு காரணங்களால் ஏற்படு கிறது. முக்கியமான காரணங்கள் என்றால்,

* தண்ணீர் பற்றாக்குறை பொதுவானது

* மற்றவை சிறுநீர், வியர்வை, வாந்தி, வயிற்றுப் போக்கு போன்று பல்வேறு வழிகளில் நீர் வெளியேறி விடுதல்

* குழந்தைகளில் பொதுவான காரணம் பல்வேறு நோய்த் தொற்றுக் களால் வயிற்றுப் போக்கும், வாந்தியும் ஏற்படுதல்

* சிறுநீரில் நீரிழப்பு, நீரிழிவு இன்சிபைட்ஸ், நீரிழிவு மெல்லிடஸ், நாட்பட்ட சிறுநீரக பாதிப்பு, அட்ரீனல் கார்ட்டிகல் குறைபாடு போன்றவை உடலின் குறைபாடுகளால் ஏற்படுகிறது.

நாம் அருந்தும் தண்ணீரின் அளவானது கால நேரங்களுக்கேற்ப மாறுபடுகிறது என்பதையும் தெரிந்து கொள்ள வேண்டும். கோடைக் காலங்களில் நாம் அருந்தும் நீரின் அளவு அதிகமாகிறது.

உடலிலுள்ள தண்ணீரானது சிறுநீரகங்கள், தோல் நுரையீரல்கள், மலம் இவற்றின் மூலம் பொதுவாக சாதாரண வேளைகளின்போது வெளியேற்றப்படும்.

ஆனால் கோடைக் காலங்களில் இவைகளின் வழியாக வெளி

யேற்றப்படும் தண்ணீரின் அளவு விரைவாகவும், அதிகபட்ச அளவோடும் இருப்பதால் உடலிலுள்ள நீரின் அளவை சரி செய்ய நாம் அதிக அளவில் குடிக்கிறோம்.

குளிர் மற்றும் மழைக் காலங்களில் இதற்கு நேர் மாறாகக் குறைவான அளவு தண்ணீரையே நாம் பயன்படுத்துகிறோம்.

நீர் நிலைகள்

1. மழை நீர் 2. மேற்பரப்பில் காணப்படும் நீர் நிலைகள் 3. நிலத்தடி நீர் என்ற மூன்று வகையான நீர் நிலைகளில் இருந்து நாம் குடிநீரை பெறுகிறோம்.

நீரின் குணங்கள்

நிலத்தின் இயல்பால் நீர் திரிந்தற்றாகும் என்பார் வள்ளுவர். கிடைக்கும் இடத்திற்கேற்ப தண்ணீரின் குணமும் சுவையும் அமைகிறது. பொது வாக, கடின நீர், மென்னீர் ஆகியவற்றைக் கூறலாம். மென்மையான தண்ணீரின் ருசியையிட கடினத் தண்ணீரில் சுவை குறைந்து காணப் படுவதை அனுபவத்தில் அறிந்திருப்பீர்கள்.

தண்ணீர் மாசுக்கள்

காய்ச்சி வடிகட்டப்படாத நீர் பல வகைகளில் மக்களின் சுகாதாரத் தைக் கெடுக்கிறது. நாம் தினந்தோறும் பயன்படுத்தும் தண்ணீர் சுத்தமாக இருக்க வேண்டும். சுத்தம் செய்யாத தண்ணீரை அருந்தும் போது பலவகையான நோய்கள் தொற்றிக்கொள்ள வாய்ப்பிருக் கிறது.

இயற்கையிலேயே தண்ணீர் சுத்தமானதல்ல. காற்றில் உள்ள தூசி, கரியமில வாயு போன்ற வாயுக்களாலும், மழை நீர் அசுத்தமடைகிறது. இது இயற்கை முறையில் ஏற்படும் அசுத்தமாகும்.

செயற்கை முறையில் பல வழிகளில் அசுத்தமாகிறது. உதாரணத்திற்கு மழை நீர் தேங்கி நிற்கும் குளங்கள், குட்டைகள், ஏரிகள் முதலியன மழைக்காலங்களில் சேறு, சகதி முதலியனவற்றால் கலங்கலாகக் காணப்படும். இவ்வகை நீர் நிலைகளின் ஓரமாக நோயுற்றவர்கள், நோய்க்கடத்திகள் முதலியோர் மலம் கழிப்பதால் அவைகள் எளிதில் நீரை அடைகின்றன.

கழிவு நீர், உரக்கிடங்குகள் போன்ற வழிகளிலும் தண்ணீர் மாசு அடைகிறது. இதனால் காலரா, டைபாய்டு, இளம் பிள்ளை வாதம், அமீபியாசிஸ், சீதபேதி போன்ற நோய்கள் தோன்றும்.

இதை பாக்டீரியாக்களால் தோன்றும் நோய்கள், வைரஸ்களால் தோன்றும் நோய்கள், ஒட்டுண்ணிகளால் ஏற்படும் நோய்கள் என்றும் பிரிக்கலாம்.

காலரா, டைபாய்டு, சீதபேதி போன்றவை பாக்டீரியாக்களால் தோன்றுகின்றன.

கல்லீரல் அழற்சி இளம்பிள்ளை வாதம் போன்றவை வைரஸ்களால் தோன்றுகின்றன.

அமீபியாசிஸ் ஜியாடியாசிஸ் ஆகிய நோய்கள் ஒட்டுண்ணிகளால் ஏற்படுகின்றன.

தண்ணீரைக் காய்ச்சிக் குடித்து நீரினால் வரும் நோயைத் தவிர்க்கலாம்.

நமக்குத் தேவையான தண்ணீரின் அளவு

- பிறந்து மூன்று நாட்களே ஆன, 3 கிலோ எடையுள்ள குழந்தைக்கு ஒரு கிலோ எடைக்கு 80 முதல் 100 மில்லி நீர் வரை வேண்டும். அக்குழந்தை நாளொன்றுக்கு 250 முதல் 300 மில்லி நீர் அருந்துவது போதுமானது.

- பிறந்து பத்து நாட்களே ஆன 3.2 கிலோ எடையுள்ள குழந்தைக்கு ஒரு கிலோ எடைக்கு 125 முதல் 150 மில்லி நீர் வரை வேண்டும். அக்குழந்தை நாளொன்றுக்கு 400 முதல் 500 மில்லி நீர் அருந்துவது போதுமானது.

- பிறந்து மூன்று மாதங்களே ஆன, 5.4 கிலோ எடையுள்ள குழந்தைக்கு ஒரு கிலோ எடைக்கு 140 முதல் 160 மில்லி நீர் வரை வேண்டும். அக்குழந்தை தினமும் 750 முதல் 850 மில்லி நீர் அருந்த வேண்டும்.

- பிறந்து ஆறு மாதங்கள் ஆன, 7.3 கிலோ எடையுள்ள குழந்தைக்கு ஒரு கிலோ எடைக்கு 130 முதல் 155 மில்லி நீர் அருந்த வேண்டும். அக்குழந்தை நாளொன்றுக்கு 950 முதல் 1,100 மில்லி நீர் தேவை.

- பிறந்து ஒன்பது மாதங்களான ஆன, 8.6 கிலோ எடை உள்ள குழந்தைக்கு ஒரு கிலோ எடைக்கு 125 முதல் 1.145 மில்லி நீர் வரை வேண்டும். அக்குழந்தை நாளொன்றுக்கு 1,100 முதல் 1,250 மில்லி நீர் அருந்துவது போதுமானது.

- ஒரு வயது நிரம்பிய, 9.5 கிலோ எடையுள்ள குழந்தைக்கு ஒரு கிலோ எடைக்கு 120 முதல் 135 மில்லி நீர் வரை வேண்டும். அக்குழந்தை நாளொன்றுக்கு 1,150 முதல் 1,300 மில்லி நீர்

அருந்துவது போதுமானது.

- இரண்டு வயது நிரம்பிய 11.8 கிலோ எடையுள்ள குழந்தைக்கு ஒரு கிலோ எடைக்கு 115 முதல் 125 மில்லி நீர் வரை வேண்டும். அக்குழந்தை நாளொன்றுக்கு 1,350 முதல் 1,500 மில்லி நீர் அருந்துவது போதுமானது.

- நான்கு வயது நிரம்பிய, 16.6 கிலோ எடையுள்ள குழந்தைக்கு ஒரு கிலோ எடைக்கு 100 முதல் 115 மில்லி நீர் வரை வேண்டும். நாளொன்றுக்கு 1,350 முதல் 1,500 மில்லி நீர் அருந்த வேண்டும்.

- ஆறு வயதும், 20.0 கிலோ எடையும் உள்ளவருக்கு ஒரு கிலோ எடைக்கு 90 முதல் 100 மில்லி நீர் வரை அருந்த வேண்டும். நாளொன்றுக்கு 1,600 முதல் 1,800 மில்லி நீர் தேவை.

- பத்து வயதும், 28.7 கிலோ எடையுமுள்ள சிறுவருக்கு ஒரு கிலோ எடைக்கு 70 முதல் 75 மில்லி நீர் வரை வேண்டும். நாளொன்றுக்கு 2,000 முதல் 2,500 மில்லி நீர் அருந்துவது போதுமானது.

- பதினான்கு வயது நிரம்பிய 45.0 கிலோ எடையுள்ளவருக்கு ஒரு கிலோ எடைக்கு 50 முதல் 60 மில்லி நீர் வேண்டும். தினமும் 2,200 முதல் 2,700 மில்லி நீர் அருந்துவது போதுமானது.

- பதினெட்டு வயது முதல் 54.0 கிலோ எடையுள்ள ஒருவருக்கு, ஒரு கிலோ எடைக்கு 40 முதல் 50 மில்லி நீர் வரை வேண்டும். நாளொன்றுக்கு 2,200 முதல் 2,700 மில்லி நீர் அருந்துவது போதுமானது.

நீர் பற்றிய விவரம் போதுமா?

நீர் பற்றாக்குறையும், மூலமும்

மேற்கண்ட விகிதத்தில் நமது எடை அதிகரிக்க அதிகரிக்க அதற்குத் தகுந்தாற்போல நீரின் எடையை அதிகரிக்க வேண்டும். அதாவது சிறுகச் சிறுகவாவது நீர் பருகி குறிப்பிட்ட அளவு நீரைப் பருக வேண்டும். அவ்வாறு பருகாத பட்சத்தில் நீர் சத்து பற்றாக்குறை ஏற்பட்டு, உடலின் கழிவுகளும் நீங்குவதில்லை. உணவும் எளிதில் ஜீரணமாகி குடல்களுக்குள் இயல்பாகச் செல்லு கிடையாது.

எவ்வளவுதான் நார்ச்சத்து சாப்பிட்டாலும் நீர்ச்சத்து சாப்பிடா விட்டால் அது சரியாக வேலை செய்ய இயலாது என்பதை கவனத்தில் கொள்ளவும். ஆக நார்ச்சத்து செயல்பட, மலச்சிக்கல் ஏற்படுவதை தவிர்க்க, அதன் மூலம் உண்டாகும் மூலத்தை முளையிலேயே கிள்ளியெறிய நீர் பருக வேண்டும்.

9. தூங்காத மனசு தாங்காது

மலச்சிக்கலுக்கான பிற முக்கியக் காரணங்களாக இருப்பவை மூலநோய்க்கு மறைமுகக் காரணங்களாக உள்ளன. அவற்றைத் தெரிந்துகொண்டு தவிர்ப்பதனால் மூலநோயைத் தடுக்கலாம்.

- உணவுப் பழக்கமும்
- நீர்ச்சத்துக் குறைவும்
- தவிர உறக்கமின்மை
- மன இறுக்கம்
- கவலைகள்
- பதற்றம்
- வெட்கம் அல்லது கூச்சம்
- புதிய சூழல்கள்

போன்றவையும் மூலத்துக்கு முக்கியமான காரணங்களாக விளங்கு கின்றன.

உறக்கமின்மை

உறக்கம் மனிதர்களுக்குக் கிடைத்த வரப்பிரசாதம். மன இறுக்கம், கவலை, தெளிவற்ற சிந்தனை, பரபரப்பு மற்றும் துயரங்களிலிருந்து விடுபட உறக்கம் அவசியம். மனிதன் தன் வாழ்நாளில் மூன்றில் ஒரு பகுதியை தூங்கிக் கழிக்கிறான் என்பதிலிருந்தே இதன் அவசியம் தெரிய வரும்.

உடலின் எல்லா உறுப்புகளும் ஓய்வுபெற, ரத்த அழுத்தம் குறைய, உடல் வெப்ப அளவு குறைய, புத்துணர்ச்சியோடு செயல்பட உறக்கம் மிக அவசியம்.

சராசரியாக உறங்கும் நேரம்

பிறந்த குழந்தை 18 மணி நேரம்

5 முதல் 10 வயது வரை 10 மணி நேரம்

11 முதல் 18 வயது வரை 8 மணி நேரம்

18 முதல் 40 முதல் வயது வரை 7 மணி நேரம்

60 வயது முதல் 8 மணி முதல் 10 மணி நேரம்

தூக்கம் வராமல் இருப்பதற்கான காரணங்கள்

நோய்கள் இல்லாமல் உறக்கமின்மை உண்டாகிறது என்றால் அதற்கான காரணத்தை ஆராய்ந்து பார்க்க வேண்டும்.

திறந்த வெளியில் சற்று நேரம் உடற்பயிற்சி செய்தால் நல்ல உறக்கம் வரும். அதற்காக வலுக்கட்டாயமாக உடற் பயிற்சி செய்தால் தேவையில்லாத விளைவுகளும் ஏற்பட்டு உறக்கம் கெடும்.

திசுத்தளர்ச்சி, ஓய்வின்மை, பேசிக் கொண்டிருத்தல், திரைப்படம் பார்த்தல், கண்களை மூடினால் திகில் உணர்வு தோன்றுதல், மூளையில் குடைச்சல், கெட்ட கனவுகள் போன்றவை உறக்கத்தை கெடுக்கின்றன. சிலர் மாலை வேளையில் உறங்குவார்கள். நள்ளிரவில் பயம் மற்றும் பதற்றத்தின் காரணமாக விழித்துக் கொள்வார்கள்.

- நோய்கள்

- வலி உணர்வுகள்

- அளவுக்கு அதிகமான உழைப்பு

- கவலை

- பரபரப்பு

- கடந்த கால மற்றும் எதிர்கால துன்ப இன்ப நிகழ்ச்சிகளை மனதில் தீவிரமாக நினைவு கொள்ளுதல்

- வன்முறை

- பாலுறவு, ஆபாசம், அதிகத் தூக்கம்

- அதிக மகிழ்ச்சியைத் தூண்டும் படங்கள், பாடல்கள் பார்ப்பதும் கேட்பதும்

- மது அருந்துதல்

- புகைப்பிடித்தல்

- படுக்கும்போது டீ காபி அருந்துவது ஆகியனவும் உறக்கத்தைக் கெடுக்கின்றன.

இது தவிர, பலர் மாத்திரை ஊசிகள் போதைப் பொருட்களை பயன்படுத்தியே தூங்கி வருகிறார்கள். இதனால் இவர்கள் உடல் நிலையும் மன நிலையும் பாதிக்கப்படுகிறது. சிலர் மாத்திரை, ஊசி, போதைப் பொருட்களுக்கு அடிமையாகிறார்கள்.

இத்தகைய சூழ்நிலைகளிலெல்லாம் சரிவர சாப்பிடாமல் இருந் தாலோ, முறையாக மலம் கழிக்கா விட்டாலோ குடல் இயக்கம் சரிவர நடைபெறாமல் மலச் சிக்கலும், தொடர்ந்து மூலநோயும் உண்டாகும்.

மன இறுக்கம்

மன இறுக்கம் போன்ற மனம் சார்ந்த பிரச்னைகள் பெரும்பாலும் நடுத்தர வயதிலிருந்தே ஆரம்பிக்கின்றன என்றாலும், பிரச்னைகளைச் சுமக்கும் எந்த வயதிலும் இது தோன்றலாம்.

உதாரணமாக வீட்டுப்பாடம் செய்யாவிட்டால் நாளை ஆசிரியர் அடிப்பாரோ என்ற பயமிருந்தாலும் மன இறுக்கம் வந்துவிடும். இதனால் பசியின்மை, உறக்கமின்மை போன்ற நிலைகள் தோன்றி மலச்சிக்கல் வரும்.

நடுத்தர வயதில் கூடுதல் பொறுப்புகளை சுமக்க வேண்டியிருப்பதால் எதிலும் அவசரம் காட்டுதல், பிரச்னைகளை மனதில் நினைத்துக் கவலைப்படுதல் போன்றவற்றாலும், மாதவிலக்குச் சுழற்சி நிற்கும் காலங்களில் உடலில் தோன்றும் மாற்றங்கள், அதைச் சார்ந்து உள்ளத்தில் உண்டாகும் மாறுதல்களின் காரணமாக எரிச்சல், கோபம், இயலாமை, ஹார்மோன் மாறுபாடுகள், பசியின்மை, உறக்கமின்மை எனத் தொடர்ச்சியாக ஏற்பட்டு மலச்சிக்கலும், மூலநோயும் உண்டாகும்.

சில நோய்கள் மூலநோயை உண்டாக்குவதைப் போல, நாட்பட்ட மூலநோயின் காரணமாகவும் சில நோய்கள் உண்டாகும். அவற்றைப் பற்றியும் கொஞ்சம் தெரிந்து கொள்ளுங்களேன்.

10. ரத்தசோகையும் மூலமும்

மூலநோயின் தொடர்ச்சியாக வரும் நோய்களில் முக்கியமானது ரத்த சோகை. அதைப் பற்றி பார்க்கலாமா?

சிறுதுளி பெருவெள்ளம் என்பது மூலத்துக்கு ஏற்ற பழமொழி. மலம் கழித்தல் தினசரி வாடிக்கை என்பதால் ஒவ்வொரு முறை மலம் கழிக்கும்போதும் மூலம் உள்ளவர்கள் கொஞ்சம் கொஞ்சமாக ரத்தத்தை இழக்கின்றனர். இந்த ரத்தக் கசிவினால் ரத்த இழப்பு ஏற்பட்டு நாளடைவில் ரத்த சோகை உண்டாகிறது.

நுரையீரலில் இருந்து ஆக்ஸிஜனையும், குளுகோஸையும் உடலில் இருக்கும் திசுக்கள் அனைத்திற்கும் கொண்டு சென்று கொடுத்து விட்டு அங்குள்ள கழிவுகளையும், கார்பன்-டை ஆக்ஸைடையும் திருப்பக் கொண்டு வந்து வெளியேற்றுவதுமே ரத்தத்தின் முக்கிய வேலை. இதற்கு பெரிதும் பயன்படுவது ரத்தத்தில் உள்ள சிவப்பணுக்கள். சிவப்பணுவில் இருக்கும் ஹீமோகுளோபின் என்ற சிவப்பு நிறமிதான் இந்தப் பணியைச் சிறப்பாகச் செயல்படுத்துகிறது.

சோகை நோய் என்றால் ரத்த குறைவு ஏற்படுதல் என்றே பலரும் அறிந்திருக்கிறார்கள். அது உண்மைதான். உடலிலுள்ள ரத்தத்தின் அளவு குறைகின்றபோது அதில் இருக்கும் சிவப்பணுக்களின் எண்ணிக்கையும் குறைகிறது. இதனால் அதிலிருக்கும் ஹீமோ குளோபின் அளவு குறைந்து ரத்த சோகை நோய் ஏற்படுகிறது.

ரத்த சிவப்பு அணுக்களில் உள்ள ஹீமோகுளோபின் அளவு குறைந்தால் ரத்த சோகை (அனீமியா) ஏற்படுகிறது. உடல் உறுப்பு களுக்கு ரத்தம் எடுத்துச் செல்லும் பிராண வாயுவின் அளவு குறைந்து போகிறது. விளைவு உடம்பு சோர்வடையும். இதனால் இதயம்

ரத்தத்தை இன்னும் வேகமாக பம்ப் செய்ய வேண்டிய அவசியம் ஏற்படுகிறது. இதன் காரணமாக உயர் ரத்த அழுத்தம் உண்டாகி படபடப்பும், மார்புத் துடிப்பும் அதிகமாகும்.

ரத்த சோகை அதிகமாகும் நேரத்தில் இதயம் விரைந்து செயல் படவில்லை என்றால் தலைவலி, மந்த நிலை, மயக்க நிலை, ஞாபக மறதி, பதட்டம், சீக்கிரத்தில் எரிச்சல் அடைவது, காது - கண்களில் குறை தெரிவது ஆகிய பலவும் ஏற்படும். சீக்கிரம் களைப்படைவார் கள். பசி குறைந்து போகும். உடல்நிலை பாதிக்கப்படும்.

இந்தியாவைப் பொறுத்தவரையில் பெண்களும், குழந்தைகளுமே ரத்தசோகை நோயால் அதிக எண்ணிக்கையில் பாதிக்கப்படுகிறார்கள். நூறு மைக்ரோ லிட்டர் ரத்த அளவில், குறைந்தது 12 கிராம் ஹீமோகுளோபின் இருக்க வேண்டும். இதற்குக் குறைவாக இருந்தால் சோகைதான்.

கண் ரப்பையைச் சிறிது கீழே தள்ளிப் பார்த்தால் இந்த நிலை தெரியும். சிவப்பாக இராமல் இது வெளுப்பாக இருந்தால் சோகை என்று அர்த்தம். அதே போல உள்ளங் கையை நன்றாகப் பிரித்து நீட்டிப் பார்த்தால் சிவப்பாக இருக்க வேண்டும்; வெளுப்பாக இருக்கக்கூடாது. அதே போல உதட்டிலும் சிவப்பு தெரிய வேண்டும். இவை சாதாரணமாக வெளியில் இருந்தே கண்டுபிடிக்கக் கூடிய அடையாளங்கள்.

இரும்புச் சத்து ஃபோலிக் அமிலம், வைட்டமின் பி-12 உணவில் புரதச் சத்து ஆகியவை போதுமான அளவு இல்லாவிட்டால் இந்தநிலை ஏற்படும். சிவப்பு அணுக்களிலுள்ள இரும்புச் சத்து பிரிக்கப்பட்டு மீண்டும் மீண்டும் உபயோகிக்கப்படுகிறது. இதுவே புதிதாக ஹீமோகுளோபின் உருவாகக் காரணமாக இருக்கிறது. ஆகையால் ரத்தச் சேதம் ஏற்படும் போது, இழந்த ரத்தத்துடன் இவ்வாறு இரும்புச் சத்தைத் திரும்பப் பெறும் வாய்ப்பும் போய் விடுகிறது.

பாக்கு சாப்பிடுவது கெடுதல். அதிலுள்ள அரிக்கா ரத்த உற்பத்தியைப் பாதிக்கிறது. எலும்பைச் சுற்றியுள்ள நிணம் செயற்படுவதையும் பாதிக்கிறது. குறிப்பாகப் பாக்கில் சில போதைப் பொருட்களைச் சேர்த்து இப்போது அப்படியே சாப்பிடக் கூடிய வகையில் கொடுக் கிறார்கள். இவை சோகையைத் தூண்டக் கூடியவை. இதனால் எலும்பைச் சுற்றியுள்ள நிணம் குறைந்து புற்றுநோய் வரக் கூடிய வாய்ப்பும் உள்ளது.

தொழிற்சாலைகளிலிருந்து வரும் புகையை சுவாசிப்பது, மது அருந்துவது, அடிக்கடி காப்பி - டீ சாப்பிடுவது, பக்குவப்படுத்தி

டின்னில் அடைத்த உணவுப் பொருட்களைச் சாப்பிடுவது, பதப் படுத்தப்பட்ட பானங்களை அருந்துவது ஆகிய பழக்கங்களால் எலும்பைச் சுற்றியுள்ள நிணம் குறைய வாய்ப்பை ஏற்படுத்தும். இவையெல்லாம் ரத்த சோகை ஏற்பட வழி செய்கின்றன.

பாக்டீரியா கிருமிப் பாதிப்பினாலும், சில நோய்களாலும் இந்த பாதிப்பு ஏற்படலாம். சில மருந்துகளின் பக்க விளைவுகளாகவும் இந்த நிலை ஏற்படும். நோய் அல்லது பாதிப்பை நீக்கினால் மட்டுமே ரத்த சோகையைச் சரிப்படுத்த முடியும்.

கர்ப்பக் கால ரத்த சோகை

நம் நாட்டிலும், வளர்ந்து வரும் நாடுகளிலும் கர்ப்பக் காலத்தில் ரத்த சோகையே தாயின் இறப்பிற்கு முக்கிய காரணமாக இருக்கிறது. சில நல்ல ஆரோக்கியமான தாய்க்குகூட கர்ப்பக் காலத்தில் சிறிது ரத்த சோகை ஏற்படும். தாய், சேய் இருவருக்குமான தேவைகளைத் தாயே பூர்த்தி செய்வதன் காரணமாக ரத்த சோகை ஏற்படுகிறது. இதில் ரத்த சோகையுள்ள, சத்து பற்றாக்குறையுள்ள ஒரு பெண் கருவுற்றால் பிரச்னை பன்மடங்காகிறது.

ரத்த சோகையின் விசுவரூபமே பிரசவத்தில்தான் தெரிகிறது எனலாம். ரத்த சோகையுள்ள தாய் பிரசவிக்கும் போது மூச்சுத் திணறல் ஏற்பட்டு இதயம் பாதிக்கப்பட்டு உதிரப் போக்கு அதிகமாகி உயிரைக்கூட இழக்க நேரிடும். அத்தணை அபாயகரமானது ரத்த சோகை.

ரத்த சோகையை தடுக்க ஹீமோகுளோபின் சோதனை செய்யப்பட வேண்டும். இதை கர்ப்பக் காலத்தில் அடிக்கடி செய்து கொள்வது தாய்க்கும், சேய்க்கும் மிகவும் நல்லது. கர்ப்பத்தினுடைய மூன்று நிலையிலும் ஹீமோகுளோபின் பரிசோதனையை செய்து கொள்வது மிகவும் நல்லது.

கர்ப்பிணிப் பெண்களிடம் இது போன்ற பரிசோதனை செய்து கொண்டால் நல்லது என்றும் கூறும்போது சில கர்ப்பிணிகள், டாக்டர்கள் சம்பாதிப்பதற்காக தேவையற்ற பரிசோதனைகளை மேற்கொள்ளச் சொல்கிறார்கள் என்று தவறாக நினைத்து பரிசோ தனைகளைத் தவிர்க்கின்றனர். மருத்துவர்கள் சொல்கிறபடி நடந்து கொண்டால் நிச்சயம் நல்ல குழந்தைகளை நல்ல முறையில் பெற்றெடுக்கலாம் என்பதில் நம்பிக்கை வைக்க வேண்டும்.

கர்ப்பக் காலத்தில் அதிகப்படியான மசக்கையின் காரணமாகவும் கூட சில சமயம் ரத்த சோகை ஏற்படலாம்.

சிலர் கர்ப்பமான முதல் மூன்றிலிருந்து நான்கு மாதங்கள் வரை ஒன்றுமே சாப்பிடப் பிடிக்காமல் இருப்பதனால், அணு அளவு குறையலாம், இதை உடனடியாகக் கண்டு பிடித்தால் உணவு மற்றும் மருந்து மாத்திரை உட்கொண்டு சரி செய்து விடலாம்.

மாதவிலக்கின் போதும், பிரசவத்தின் போதும் இவ்வாறு ரத்தச் சேதம் ஏற்படுகிறது. பெண்களுக்கு இந்த வாய்ப்பு அதிகமாகி விடுகிறது. அதனால்தான் கருவுற்ற பெண்கள் நிறைய இரும்புச் சத்துள்ள உணவை ஏற்க வேண்டும் என்று சொல்லுகிறோம். இது பிறக்கும் குழந்தைகளுக்கும் நல்லது. இந்த இரும்புச் சத்தை மாத்திரைகளாக கொடுக்கலாம். அப்படி அது உடம்பில் சேர முடியாமல் சிரமப் படும்போது, இஞ்ஃசெக்ஷன் மூலம் இதை அளிக்கலாம்.

ரத்த சோகையைத் தவிர்க்க வழி முறைகள்

உணவில் இவற்றைப் பெறும் வாய்ப்பு உள்ளது.

- கீரை, பச்சிலைகள் நிறைந்த காய்கறிகள்
- வெங்காயம்
- உருளைக் கிழங்கு
- பேரீச்சை
- வெல்லம்

ஆகியவற்றில் இரும்புச் சத்து நிறைந்துள்ளது.

பழங்கள், கீரைகள், இலைகள் நிறைந்த காய்கறி வகைகள் ஆகியவற்றில் ஃபோலிக் அமிலச் சத்து கிடைக்கிறது. பருப்புகள், சோயாபீன், கடலை, கொத்துக் கடலை, பால், பால் பொருட்கள் ஆகியவற்றில் புரதச் சத்து கிடைக்கும்.

அசைவ உணவு சாப்பிடுபவர்கள் முட்டை, இறைச்சியில் ஈரல் ஆகிய வற்றைச் சாப்பிட்டு இரும்புச் சத்தைப் பெற முடியும். இரும்புச் சட்டியில் உணவுப் பொருட்களைத் தயார் செய்வதும் இரும்புச் சத்து கிடைக்க உதவும். நிறைய காய்கறிகளை சாலட் போலச் செய்து சாப்பிடலாம்.

1. இரும்புச் சத்து மிகுந்த உணவுகளை நிறைய சாப்பிட வேண்டும். வெல்லம், பேரீச்சம்பழம், தேன், வேர்க்கடலை, முருங்கைக் கீரை முதலியவற்றை தொடர்ந்து சாப்பாட்டில் சேர்த்துக் கொள்ள வேண்டும்.

2. இரும்புச் சத்து மற்றும் பாலிக் அமில மாத்திரைகளை பேறு காலம் முழுவதற்கும் தொடர்ந்து சாப்பிட்டு வருவதும் கூட ரத்த சோகைக்கு மிகவும் நல்லது.

3. இதுபோன்ற சத்து மாத்திரைகள், மருந்து சாப்பிட்டால் பிறக்கப் போகும் குழந்தையின் தலையானது பெருத்து பிரசவம் சுகமாக இருக்காது என்று அவர்களாக கற்பனை செய்து கொண்டு விடு கின்றனர். இதுவொரு தவறான மருத்துவ மூட நம்பிக்கையாகும். மகப்பேறு போன்றவைக்காக ஏற்படும் தாயின் தேவைகளைப் பூர்த்தி செய்யவே இந்த மாதிரியான மாத்திரைகளை மகப்பேறு மருத்துவர்கள் பரிந்துரை செய்கிறார்கள். எனவே கண்டிப்பாக கர்ப்பிணிப் பெண்கள் கர்ப்பக் காலத்தில் இரும்புச் சத்துள்ள மருந்து மாத்திரைகள் சாப்பிடுவது நல்லது.

4. குடற்புழு நீக்கம் - கர்ப்பக் காலத்தில் கர்ப்பிணியின் இரண்டாவது நிலையில் மகப்பேறு மருத்துவர்களால் இந்த குடற்புழு நீக்க பரிசோதனை மேற்கொள்ளப்படும்.

ரத்த சோகையும் மூலநோயும்

ரத்த சோகையின்போது பெண்களுக்குப் பசியின்மை அதிகளவில் இருக்கும். தொடர்ந்து எதையும் சாப்பிடாத நிலையில் குடல் இயக்கங்கள் நடைபெறுவதில் சிக்கல்கள் தோன்றி, மலச்சிக்கல் ஏற்படும்.

மலம் கழிக்க முக்கி முணகும்போது ஆசனவாய்ப் பகுதியில் உள்ள ரத்த நாளங்கள் வெளித்தள்ளப்பட்டு மூலக் கட்டிகளாக உருவாகும். இந்த பாதிப்பை தீர்க்கும் வழி முறைகளை மூலநோய் சிறப்பு மருத்துவரை அணுகி தெரிந்து கொள்ளலாம்.

11. ஆசனவாய் வெடிப்பும், சீழ்க்கட்டியும்

ஆசனவாய் வெடிப்பைப் பிஸ்ஸர் (Anal Fissure) என்கிறார்கள். இது எப்படியிருக்கும் தெரியுமா?

நாம் மிக அகலமாக வாயைத் திறந்து கொட்டாவி விடும் போது வாயின் இரு புறங்களிலும் நுனிப் பகுதி லேசாக கிழிந்து விடுவது உண்டு. அவ்வளவு ஏன், பனிப் பொழிவின் போது உதடுப் பகுதியின் நுனியில் வெடித்து விடுவதைப் பார்த்திருப்பீர்கள். இதேபோல ஆசனவாயின் மேற்புறத்திலோ, கீழ்ப்புறத்திலோ உண்டாகும் வெடிப்பு அல்லது பிளப்பு அல்லது கீறல்தான் பிஸ்ஸர்.

ஆண்களுக்கு ஆசனவாயின் கீழ்ப்புறத்தில் அதிகமாக பிஸ்ஸர் வரும். பெண்களுக்கு கீழ்ப்பகுதி மற்றும் மேற் பகுதி ஆகிய இடங்களில் சம அளவில் இவை தோன்றும். குழந்தைகளின் ஆசனவாய்த் தசை தளர்வில்லாமல் இருப்பதால் அவர்களுக்கு இப்பிரச்னை அதிகமாக வரும். வயது முதிர்ந்தோருக்கு தசைத்தளர்வு அதிகம் இருப்பதால் வயதான காலத்தில் ஆசனவாய் வெடிப்பு ஏற்படுவதில்லை.

இதை கவனித்து சிகிச்சை பெற வேண்டும். சிகிச்சை பெறத் தவறினால் விளைவுகள் அதிகமாகும்.

காரணம்

ஆசனவாய்ப் பகுதியில் பிஸ்ஸர் வருவதற்கான முதற் காரணம் மலக்குடல் ஆசனவாயுடன் சேருமிடத்தில் காணப்படும் வளைவு எனலாம். இந்த வளைவின் காரணமாக அவ்விடத்தில் மலம் தங்கி கெட்டிப்பட்டு, வெளியேறும் வேளையில் வெடிப்பை உண்டாக்கு கிறது.

மலத்துவார வாய்ப்பகுதியில் கிழிசல் ஏற்பட முக்கியமான காரணம் மலச்சிக்கல். குடலில் நீர்ச்சத்து முற்றிலும் உறிஞ்சப்பட்டு, மலம் கட்டியாகி, உலர்ந்த நிலையில் வெளியேறும்போது மென்மையான மலத்துவார தசைகள் கிழிந்துபோகின்றன.

மலச்சிக்கல் தவிர, அதிகமான வயிற்றுப்போக்கு, ஆசனவாய்ப் பகுதி காயங்கள் மற்றும் மலக்குடல் அழற்சியினாலும் குதப்பகுதி வறண்டு, எரிச்சலையும் இறுதியில் அப்பகுதியில் வெடிப்பையும் உண்டாக்கு கிறது. இவ்வாறே பெண்களுக்குக் குழந்தை பிறந்த பிறகு ஆசன வாய்ச் சளிப்படலம் சரியான நிலையில் இல்லாததால் இந்த வெடிப்பு உண்டாகும்.

மலமிளக்கு முறைகளை எனிமா கொடுத்தல் போன்றவற்றை அளவுக்கு அதிகமாகப் பயன்படுத்துதல், உள்மூலத்திற்கு அறுவை சிகிச்சை செய்யும்போது, ஆசனவாயில் சுருக்கம் ஏற்பட்டு அது வெடிப்பாக மாறலாம்.

அறிகுறிகள்

இந்த வெடிப்பினால் மற்ற நேரங்களில் நோயாளிக்கு பாதிப்பு அதிகமாகத் தெரியாவிட்டாலும் மலம் கழிக்கும் நேரத்திலும், மலம் கழித்த உடனேயும் கடுமையான வலியை உண்டாக்கும். இந்த வலி, பொறுக்க முடியாத அளவு இருக்கும். அதற்குப் பின்னர் வலி குறைந்து, ஒரு மணி நேரம் கழித்த பின் மீண்டும் வரும். இந்த நேரத்தில் மட்டும் ஏன் அதிகமாக வலிக்கிறது?

ஆசனவாயின் உட்புறத்தில் வளையம் போன்ற ஸ்பிங்டர் தசை உள்ளது. மலம் கழிக்கும்போது இந்த தசைகள் விரிந்து கொடுக்கும். மற்ற நேரங்களில் இறுக்கமாக சுருங்கிக் கொள்ளும். இத்தசைகள் விரி வடையும்போது, அதிலுள்ள வெடிப்பும் விரிவடைதால்தான் மலம் கழிக்கும்போதும், அதற்குப் பின்னரும் வலியும், எரிச்சலும் இருக்கும்.

இந்த வலிக்குப் பயந்தே மலம் கழிக்க யோசிப்பார்கள். மலம் கழித்தால் ரத்தக் கசிவு தெரியும். ஆரம்ப காலத்தில் மலச் சிக்கலைத் தவிர்ப்பதும், வலியைப் போக்கக் கூடிய களிம்பு மருந்துகளை ஆசனவாயில் தடவவும் இந்த நோயைக் குணப்படுத்த உதவும்.

இந்தப் பிரச்னை ஒரு மாதத்திற்குள் சரியாகாவிட்டால் கண்டிப்பாக மருத்துவ சிகிச்சை பெற வேண்டும். பாதிப்பு அதிகமிருந்தால் அறுவை சிகிச்சையும் தேவைப்படும்.

கண்டறியும் முறை

மலத்துவாரத்தின் பின்பகுதி அதாவது முதுகுப் பக்கமுள்ள மலவாய்ச் சுவரில்தான் அநேகமாக வெடிப்பு ஏற்பட்டிருக்கும். இந்த ஆசன வாய் வெடிப்பு திடீர் என்றோ நாட்பட்டோ உண்டாகும். திடீரென ஏற்பட்டால் வெடிப்பு உள்ள இடத்தில் வீக்கமும், ஓரங்களில் அழற்சியும் உண்டாகும்.

வெடிப்புள்ள இடத்தில் நார்த்திசுக்கள் காணப்படும். புண்ணானது முக்கோண வடிவத்தில், ஆசனவாயின் வெளியில் ஒரு முடிச்சு போல வீங்கிக் காணப்படும். இந்த முடிச்சையும் மூலம் என்று சொல்வது உண்டு. இம்மாதிரியான நிலையில், ஆசனவாய் சுருங்கிய நிலையில் அதிகமான வலி இருக்கும். மேலும் இந்த இடத்தில் சீழ்க்கட்டியும், புரையும் சில சமயங்களில் காணப்படும்.

மலவாய் வெடிப்பை மருத்துவர் பரிசோதிக்கும்போது சாதாரணமாகப் பார்த்தாலே கண்ணுக்குப் புலப்படும். மலவாயைச் சுற்றியுள்ள பகுதிகளைத் தொட்டால் வலிக்கும். கண்ணுக்குப் புலப்படாத நிலை யில் இருந்தால் ஆனஸ்கோப்பி எனப்படும் மலக்குடல் உள்நோக்கி ஆய்வுக் கருவி மூலம் ஆய்வு மேற்கொள்ளலாம். ஆனல்-ரெக்டல் மானோ மெட்ரி (ஈஎம்ஜி) என்ற ஆய்வுக் கருவி மூலம் சுருக்குத் தசையில் பிரச்னைகள் இருந்தால் அவற்றின் அளவை கண்டறியலாம்.

சிகிச்சை

ஐம்பது சதவீதத்துக்கும் மேல் தானாகவே குணமடைந்து விடுவதும், அறுவை சிகிச்சை தேவைப் பட்டால் மருந்து மாத்திரைகளால் குணமாவதும் உண்டு. மலமிளக்கிகளைப் பயன்படுத்துவதன் மூலம் மலம் கழிக்கும்போது ஏற்படும் வலியைக் குறைக்கலாம்; சில வேளைகளில் வலி நிவாரணிகளும் தேவைப்படலாம்.

மலவாயில் புண் ஏற்பட்டிருக்கிறதா என்பதை கவனிக்க வேண்டும். அவ்வாறு ஏற்பட்டிருந்தால் மருத்துவரின் ஆலோசனைப்படி களிம்புகளைப் பயன்படுத்தலாம். நைட்ரோ கிளிசரின் கொண்டு தசையை இளக்குதல் போன்ற சிகிச்சைகள் மூலமும் குணமாக்கலாம்.

ஆசன வாயின் சுருக்கு தசை இறுக்கமாக இருந்தால் மயக்க மருந்து கொடுத்து, ஆசன வாயை விரல்களினால் பெரிதுபடுத்தலாம். அதிலும் சரிவரவில்லை என்றால் அறுவை சிகிச்சை ஒன்று நல்லது. நாட்பட்ட நிலையில் அறுவை சிகிச்சை மட்டுமே தீர்வாக இருக்கும்.

தடுப்பும் தவிர்ப்பும்

உடல் சுத்தம் மிக அவசியம். வாயை சுத்தமாக வைத்திருப்பதைப் போலவே ஆசன வாய்ப் பகுதியையும் சுத்தமாக வைத்திருக்க வேண்டும் என்பதில் பலருக்கு போதுமான அக்கறை இருப்பதில்லை. எப்போதும் மலவாய் மற்றும் அதைச் சுற்றியுள்ள பகுதிகளை சுத்தமாகவும், உலர் வாகவும் வைத்துக் கொள்வது நல்லது. இதனால் கிருமித் தொற்று ஏற்படுவதைத் தவிர்க்கலாம்.

குளித்தபிறகு புட்டப் பகுதிகளுக்கிடையே மெல்லிய துணியால் மெதுவாக - இதமாகத் துடைத்து உலர்த்த வேண்டும். டால்கம் பவுடர்களையும் பயன்படுத்தலாம். கதகதப்பான நீரில் ஒரு டவலை நனைத்து அவ்வப்போது மலவாயை ஈரமாக்கித் துடைக்கலாம். பதினைந்து முதல் இருபது நிமிடம்வரை இவ்வாறு துடைத் தெடுப்பதை தினமும் பலமுறை கூட செய்யலாம்.

சாதாரண சிகிச்சைகளால் இப்பிரச்னையை குணப்படுத்த இயலாதபோது, பாதிக்கப்பட்டவரை மீண்டும் ஒரு முறை பரிசோதித்து, தசைச்சுருக்கமோ, புண் அல்லது பருக்கள் இருக்கிறதா என்பதையும் கண்டறிந்து சரிப்படுத்தலாம். இயலாவிட்டால் ஒரு சிறிய அறுவை சிகிச்சை மூலம் இப்பிரச்னையை முற்றிலும் குணமாக்கலாம்.

அறுவை சிகிச்சை செய்வதற்கு ஒரு சில நிமிடங்களே போதுமானது. பாதிக்கப்பட்டு வீக்கமும், பக்குகளடைந்து துருத்தியும் கொண்டிருக்கிற பகுதிகளை அகற்றி விடலாம்.

அறுவை சிகிச்சை செய்வதால் மலம் கழிப்பதில் சிரமம் இருக்குமே என்ற சந்தேகம் பலருக்கு வரலாம். நிச்சயமாக சிரமம் எதுவும் இருக்காது. அறுவை சிகிச்சைக் காயமும், வலியும்கூட ஓரிரு நாட்களில் சரியாகி விடும்.

அறுவை சிகிச்சை செய்து கொண்ட தொண்ணூறு சதவீத நோயாளி களுக்கு அதற்கு மேல் பிரச்னை வராது. இவர்கள் தினமும் எட்டு டம்ளர் தண்ணீர் அருந்துவது, உணவில் நார்ச்சத்து நிறைந்த பொருட்களை சேர்த்துக் கொள்வதன் மூலம் வெடிப்பு ஏற்படாமல் பாதுகாக்கலாம்.

தவிர்ப்பு

பிஸ்ஸர் என்பது மலச்சிக்கலின் காரணமாக ஏற்படக் கூடிய பிரச்னை என்பதால் மலச்சிக்கல் வராமல் பார்த்துக் கொள்வதுதான் தடுப்பு முறை.

தினமும் அதிகமாக நீர் அருந்துவது, நார்ச்சத்துள்ள காய்கறிகளை

சாப்பிடுவது, மலம் கழிக்க வேண்டும் என்ற உணர்வு தோன்றியதும், பிறகு பார்த்துக் கொள்ளலாம் என விட்டு விடுவதை தவிர்த்து சோம்பல் நீக்கி வேளை வேளைக்கு மலம் கழிப்பது, கொழுப்பு உணவுகள், பிஸ்கெட், ரொட்டி போன்ற உலர் உணவுகளை உண்பதையும் தவிர்ப்பது, புகை மற்றும் மதுப் பழக்கத்தை கைவிடுவது ஆகியவற்றின் மூலம் இப்பிரச்னையை தவிர்க்கலாம்.

ஆசனவாய்ச் சீழ்க்கட்டி

ஆசனவாய்ச் சீழ்க்கட்டிகள் ஆண்களை விடப் பெண்களுக்கு அதிகம் ஏற்படுகிறது. ஆசன வாயைச் சுற்றிலும் அதன் உட்புறமும் சீழ்க் கட்டிகள் உண்டாகலாம். இதற்கு ஏற்ற சிகிச்சை தராவிட்டால் இவை புரையாக மாற வாய்ப்புகள் இருக்கின்றன.

ஆசன வாய், மலக்குடலுடன் சேருகின்ற இடத்தில் ஆசன வாய் சுரப்பிகளின் நாள வாய்கள் இருக்கின்றன. இந்நாளங்களின் வாய் அடைபட்டாலோ அல்லது சேதமுற்றாலோ சுரப்பிகளில் சீழ்க்கட்டி உண்டாகும்.

இவை தவிர, ஆசனவாய் வெடிப்பு, மூலத்தினால் உண்டாகும் புண், மலக்குடலைத் துளைக்கத் தக்க புறப் பொருளான மீன்முள் போன்றவைகளும் இச்சீழ்க்கட்டியை உண்டாக்கும். இந்தச் சீழ்க் கட்டிகள் ஆசன வாயின் வெளிப்புறச் சுருக்குத் தசைக்கு உட்புறமும், சளிப்படலத்திற்கு உள்ளும் அதிகமாகத் தோன்றும்.

அறிகுறிகள்

ஆசன வாய்ப் பகுதியில் தாங்க முடியாத வலி, மலமும், சிறுநீரும் கழிக்க முடியாத நிலை உண்டாகும். இவ்வலி உட்காரும் போதும் இருமலின் போதும் அதிகமாகும். சிலருக்கு இந்தச் சீழ்க்கட்டியினால் குளிர் காய்ச்சலும் வருவது உண்டு. இக்கட்டிக்குச் சிகிச்சையாக மயக்க மருந்து கொடுத்துக் கட்டியைக் கிழித்துச் சீழை முற்றிலும் வெளியேற்ற வேண்டும்.

புண் ஆறும் வரை மருத்துவரின் உதவியோடு புண்ணுக்குக் கட்டுப் போட்டுக் கொள்ள வேண்டும். இவற்றோடு தகுந்த மருந்துகளும் கொடுக்க வேண்டும். இல்லை என்றால் இது பவுத்திரம் எனப்படும் புரையாக மாற வாய்ப்பு உண்டு.

12. பவுத்திரம் (பிஸ்டுலா)

மூலநோயைப் போல அதிகளவு தொல்லைகளைத் தரக் கூடியது பவுத்திரம் எனப்படும் ஆசனவாய்ப் புரைப் புண் ஆகும்.

மூலத்தைப் பற்றி தெரிந்த அளவுக்கு பிஸ்டுலா அல்லது பவுத்திரம் எனப்படும் ஆசனவாய்ப் புரைப்புண் பற்றியோ, பிஸ்ஸர் எனப்படும் ஆசனவாய் வெடிப்பு பற்றியோ பலருக்குத் தெரிவதில்லை.

பவுத்திரம் என்றால் ஏதோ பெரிய பால்வினை நோய் போலும் என நினைத்து பலர் பயந்து அதை மறைக்க முயலுகிறார்கள். இதனால் பாதிப்பின் அளவும் கடுமை ஆகிறது. கடைசிக் கட்டத்தில் நிறைய உபாதைகளை அனுபவித்து, செலவு செய்து சோர்ந்த நிலையில் மருத்துவரை நாடுகிறார்கள். ஆகவே இதைப் பற்றியும் தெரிந்து கொள்ளுங்கள்.

பலரும் மலத்துவாரத்தில் ஏற்படும் பிரச்னை என்றால் அது மூலமாக இருக்கும் என்றுதான் நினைக்கிறார்களே தவிர, ஆசனவாய்ப் புரைப் புண் அல்லது ஆசனவாய் காயம் போன்றவையும் உண்டு என நினைப்ப தில்லை.

பவுத்திரம் அல்லது ஆசன வாய்ப் புரைப்புண் என்பது மலக் குடலுக்கும், ஆசன வாயின் வெளியே உள்ள தோலுக்கும் இடையே உள்ள துளை ஆகும்.

பவுத்திரம் என்பது சமஸ்கிருதச் சொல்லாகும். பவத் என்றால் துளை என்று பொருள். புரையோடி துளை உண்டாவதால்தான் இதை பவுத்திரம் என்கிறார்கள்.

இது எவ்வாறு உண்டாகிறது என்பதை தெரிந்து கொள்ளுங்களேன்.

பவுத்திரம் காரணம்

புரைவாய், ஆசன வாயில் அருகில் சுமார் 1.5 அங்குலம் தள்ளி சாதாரணமாக சிவப்பு நிறத்தில் சிறு புண் இருக்கும். புரை பெரும் பாலும் ஆசனவாய், மலக் குடல்களில் உண்டாகும் சீழ்க்கட்டிகள் தானாக உடைவதாலும் அல்லது கிறி சரியாகச் சீழ வெளியேற்றா தாலும் ஏற்படுகிறது. சீழ்க் கட்டி ஆசன வாயின் அருகில் வந்தால் அதை நன்றாகக் கிறி சீழ் முழுவதையும் எடுத்து விட்டு முறையாகக் கட்டுக் கட்டி புரை ஏற்படுவதைத் தவிர்க்க வேண்டும்.

பாக்டீரியாக்களின் தொற்று காரணமாக ஆசனவாயில் அழற்சிகள் உண்டாகி சிறுசிறு சீழ் கொப்புளங்கள் ஏற்படுகின்றன. ஆசனவாய் தவிர உடலின் எந்தப் பகுதியில் வேண்டுமானாலும் இந்த கொப்புளங்கள் வரலாம்.

புரை சில சமயங்களில் காசநோய் கிருமியினால் உண்டாகலாம். இப்புரை நோயில் நீரைப் போன்ற திரவம் வெளி வரும். இது புரை வாய்த் தோலுடன் சேர்ந்தே காணப்படும்.

இது தவிர க்ரான்ஸ் டிசீஸ் எனப்படும் நாட்பட்ட குடல் அழற்சி நோயின்போது மலத்துவாரத்தினைச் சுற்றிலும் சீழ்க் கட்டிகள் தோன்றுகின்றன. நோயெதிர்ப்புச் சக்தி குறையும் நிலைகளான லிம்போ கிரானுலோமா, மலக் குடல் புற்று நோய் ஆகியவைகளாலும் எயிட்ஸ், காயங்கள், சிபிலிஸ் நோய், புற்றுநோய்க்காக அளிக்கப்படும் கதிர்வீச்சு சிகிச்சை, க்ளாமிடியா என்ற பூஞ்சைத் தொற்று நிலையிலும் பரவும் பாக்டீரியாக்கள் போன்றவற்றாலும் சீழ்க்கட்டிகள் உண்டாகும்.

இச்சீழ்க்கட்டிகள் உடைந்து வற்றிய பிறகும், காயத் திறப்பானது சுரப்பியுடன் தொடர்பு கொண்டிருக்கும்போது தொற்றுகள் சுரப்பியை பாதித்து உட்புறமாகவே சீழ்க் கட்டியை உண்டாக்கியிருக்கும். இதனால் வெளிப்புறத்தில் எந்த அறிகுறிகளும் தெரியாவிட்டாலும் உட்புறமாக புரையோடி சீழ்க் கசிந்து கொண்டிருக்கும். மேலும் புரை வாய்களும் பலமாக இருக்கும்.

இந்த இடத்தில் இருந்து சீழ் ஒழுகிக் கொண்டே இருப்பதால் புண் ஆறாமல் பரவும். இந்த நிலையில் உடைகளில் கூட கரை படியும்.

இப்புரை தானாக மூடி ஆறினாலும் பல ஆண்டுகள் கழித்துக் கூட மீண்டும் சீழ்ப்பிடித்துத் திரும்ப உண்டாகி மறுபடியும் சீழானது புரை வழியாக வெளிவரும்.

பொதுவாக இம்மாதிரியான சமயங்களில் வலி இருக்காது. ஆனால் புரை மூடிக் கொண்டால், சீழ் வலியைத் தோற்றுவிக்கும்.

இச்செயலுக்கு மாத்திரைகள் மூலம் சிகிச்சை செய்தால், பவுத்திரம் ஒரு தொடர் கதை தான். பிஸ்டுலா எனப்படும் புரைப்புண்ணானது ஆசனவாயில் மட்டுமின்றி வேறு இடங்களில் கூட வரலாம்.

அறிகுறிகள்

சீழ்க்கட்டி மற்றும் புரைப்புண்களால் தசைப் புண், வலி, வீக்கம், காய்ச்சல், குளிர், அழுத்தி மற்றும் நோய்த் தொற்று, தொடர்ந்து சீழ் வடிதல், சோர்வு, சில சமயம் மயக்கம் போன்றவை கூட உண்டாகும்.

சீழ் வடிந்து உலரும்போது அறிகுறிகள் மறைந்து விடும். ஆனால் புண்ணானது உள்ளே புரையோடியிருக்கும். புட்டத்தினுள் குதப்பகுதி சுரப்பியிலிருந்து இப்புரைப்புண் உண்டாகும். ஆசனவாய்ப் பகுதியில் ஒன்றுக்கு மேற்பட்ட புரைப் புண்கள் இருப்பது உண்டு.

உதாரணமாக, குடலழற்சி, பிறப்புறுப்பில் ஏற்படும் காயங்கள் காரணமாக பெண்களுக்கு இத்தகைய வெடிப்பு உண்டாகும். நோய்த் தொற்றின் காரணமாக புரைப்புண் ஏற்பட்டு சீழ்பிடித்து உடையும் போது தானாக சீழ் கசிந்து வெளியேறும். இந்த நிலையில் வலியில்லாவிட்டாலும், சீழினால் அரிப்பும், சொறிவதால் புண்களும் உண்டாகும்.

சீழ்க்கட்டி உடைந்து, வற்றி, உலர்ந்து குணமாகும் முன்பு, இக்கட்டியைச் சுற்றியுள்ள தோல் மூடிக் கொள்ள நேர்ந்தால் மீண்டும் புரைப்புண் வருவதற்கான வாய்ப்பு இருக்கிறது. ஒரு நபருக்கு சீழ்க்கட்டி ஏற்பட்டால் ஐம்பது சதவீதத்துக்கும் அதிகமாக புரைப்புண் ஏற்பட வாய்ப்பு உண்டு.

நோய் அறிதல்

பாதிக்கப்பட்ட பகுதியை பரிசோதிக்கும்போது பாதிப்பு தெரிய வரும். குதத்தின் அருகே சீழ்க்கட்டி இருந்தால் வலிக்கும். வீக்கம், புண் மற்றும் பாதிக்கப்பட்ட பகுதி சிவந்து தடித்திருக்கும். பிஸ்டுலா பெரிதாக இருந்தால் அதன் முனையில் திறப்பு ஏற்பட்டிருக்கும். இதைக் கொண்டு அது எவ்வளவு ஆழமாகத் திறந்துள்ளது, எவ்வளவு தூரத்திற்குப் பரவியுள்ளது, புரைப்புண்ணின் எந்த இடத்தில், எந்த கோணத்தில் காயம் உள்ளது என்பதை கண்டறியலாம்.

புரைப்புண் மலத்துவாரத்தின் முனைப்பகுதியில் ஏற்படாமல் மலக் குடல் அல்லது பெருங்குடலினுள் ஏற்பட்டிருக்கும் ஆனஸ்கோப் கருவியை உட்செலுத்தி அப்பகுதியை மருத்துவர் பரிசோதிப்பர்.

உட்புறத்தில் சீழ்க்கட்டி, குறிப்பாக சீழ்க்கட்டியிருந்தால் அது நாட்பட்ட

குடலழற்சி நோயாக இருக்கலாமா என்பதை உறுதி செய்து கொள்வதற்காக மேலும் பல பரிசோதனைகள் தேவைப்படலாம். அவற்றுள் குறிப்பிடத் தக்கவை ரத்தப் பரிசோதனை, எக்ஸ்-ரே, பெருங்குடலை ஆராய்வதற்காக கோலனோஸ்கோப்பி ஆகியவை.

சிகிச்சை

சிகிச்சை முறையானது நோயின் தன்மைக்கு ஏற்பட மாறுபடும். சிறுகுடல், பெருங்குடல் மற்றும் மலக்குடல் ஆகிய பகுதிகளில் க்ரான்ஸ் டிசீஸ் எனப்படும் நாட்பட்ட குடலழற்சி நோயிருந்தால் பரிசோதனை மேற்கொண்டு அதற்கேற்ப சிகிச்சை மேற்கொள்ள வேண்டியிருக்கும்.

குடலழற்சி நோயில்லாவிட்டால் நோய்த் தொற்று ஏற்பட்டு பரவாமல் தடுப்பதற்காக வலி நிவாரணிகளை மட்டுமாவது அளிப்பது நல்ல பலன்தரும். வலி நிவாரணிகளால் பலன் கிடைக்காத போது அறுவை சிகிச்சை தேவைப்படும். அறுவை சிகிச்சை செய்து கட்டியை அகற்றினால் காயமானது உட்புறமிருந்து ஆறத் தொடங்கும்.

சீழ்க்கட்டியை சிறிய அறுவை சிகிச்சையின் மூலம் திறந்து, அதிலுள்ள சீழை வடித்து சீழ்க்கட்டியால் ஏற்பட்டு இருக்கும் அழுத்தத்தை குறைக்கலாம். பொது உணர்விழப்பு ஏற்படச் செய்து கட்டியை அகற்றலாம்.

ஆழமான, பெரிய அளவில் புரைப்புண்ணிருந்து குதப் பகுதி முழு வதையும் அடைத்துக் கொண்டிருந்தால், நீரிழிவு போன்ற பிற நோய்கள் இருந்தால் நோயாளியை மருத்துவமனையில் சேர்த்து சிகிச்சையளிக்க வேண்டியிருக்கும்.

வலி நிவாரணிகள் மூலம் சீழ்க்கட்டியிலுள்ள சீழை வடித்தெடுக்க முடியாது. வலி நிவாரணிகள் ரத்த ஓட்டத்தின் மூலம் சென்று பாதிக்கப்பட்ட இடத்திலுள்ள வலியைக் குறைக்கலாம். ஆனால் சீழ்ப்பிடித்துள்ள இடத்தில் இந்த நிவாரணத் தன்மை பலனளிக்காது என்றாலும் நீரிழிவு, நோயெதிர்ப்புத் திறன் குறைவு போன்ற பிரச்னைகள் இருக்கும் போது அறுவை சிகிச்சை செய்ய வேண்டு மானால் வலி நிவாரணிகளைத் தருவது வழக்கம்.

சீழ்க்கட்டியின்போது கடுமையான ரத்தப் போக்கு, வலி, சீழ் வடிதல் ஆகியவை இருக்குமானால் மருத்துவரை கலந்தாலோசிப்பது அவசியம்.

சீழ்க்கட்டியினால் உண்டாகும் புரைநோய் மருந்துகளினால் மட்டும் குணம் அடையும் என்று சொல்ல முடியாது. அறுவை சிகிச்சைதான் செய்து

கொள்ள வேண்டும்.

முக்கியமாக இவற்றைத் தவிர பல துளைகளைக் கொண்ட ஆசனவாய்ப் புரைக்கு நல்ல மருத்துவரின் ஆலோசனையின் பேரில் மருத்துவம் செய்து கொள்வது நல்லது. மூலம், புரை ஆகிய நோய்களுக்குத் தடுப்பு முறை நம் கையில்தான் உள்ளது.

அறுவை சிகிச்சை என்றால் பெரிய அளவில் இருக்கும் என பயந்துவிட வேண்டாம். பொது உணர்விழப்பு ஏற்பட செய்து அறுவை சிகிச்சை செய்யலாம் என்பதை ஏற்கனவே கூறியிருக்கிறேன்.

இந்த அறுவை சிகிச்சையால் மருத்துவமனையில் தங்க வேண்டிய நிலையிருக்காது. அசௌகரியங்கள் ஒரு சில நாட்களுக்கு மட்டுமே இருக்கும். குறைந்த நாட்களில் முழு நிவாரணம் கிடைக்கும். நோய்த் தொற்று அதிகமாக இருந்தால் ஓரிரு நாட்கள் மருத்துவமனையில் தங்க வேண்டியிருக்கலாம்.

அறுவை சிகிச்சை மருத்துவர்

இரைப்பை குடல் துறை சார்ந்த மற்றும் மூலநோய் மருத்துவத்தில் சிறப்புப் பயிற்சி பெற்ற மருத்துவரால்தான் இதற்கான சிகிச்சையை சிறப்பாக அளிக்க முடியும்.

சீழ்க்கட்டி ஏற்பட்டு நான்கைந்து வாரத்திற்குப் பிறகே புரைப்புண் ஏற்படுகிறது என்றாலும், சில வேளைகளில் இது மாதக் கணக்கில், ஏன் ஆண்டுக்கணக்கிலும் உள்ளேயே மறைந்த நிலையில் இருக்கக் கூடும்.

இதைக் கண்டறிந்து, பாதிக்கப்பட்ட தசையின் உட்புறம் மற்றும் வெளிப்புறத்தை அறுவை சிகிச்சை மூலம் அப்புறப்படுத்தி குணப் படுத்தும் திறன் பெற்ற மருத்துவராலேயே இதைச் சிறப்பாக செய்ய இயலும்.

புரை ஏற்படாமல் இருக்க ஒரே தடுப்பு முறை ஆசன வாயைச் சுத்தமாக வைத்திருப்பதே.

சில அசௌகரியங்கள்

அறுவை சிகிச்சை செய்த முதல் வாரத்தில் சாதாரண பிரச்னையிருக்க லாம். வலி நிவாரணிகள் மூலம் இதை கட்டுப்படுத்தி விடலாம்.

தினமும் பலமுறை சிட்ஸ் பாத் எனப்படும் குதப்பகுதி குளியல்

முறையில் பல முறை, குதப்பகுதியை சுத்தமான துணியால் நனைத்து துடைக்க வேண்டியிருக்கும். மலமிளக்கிகளை பரிந்துரைப்பார்கள்.

கழிவுகள் வெளியேறி துணியில் கறைபடியாமல் இருப்பதற்கு சிறிய பாதுகாப்புத் துணிகளைப் பயன்படுத்த வேண்டியிருக்கும்.

மீண்டும் நோய் வருவதற்கான வாய்ப்பு

பெரும்பாலும் முறையான சிகிச்சை அளிக்கப்பட்டால் நோய் மீண்டும் வராது என்றாலும் மருத்துவரின் ஆலோசனையை கேட்க வேண்டும்.

13. கிரான்ஸ் நோய் மூலமா?

மலம் கழிக்கும்போது தொடர்ந்து ரத்தமும், சீழும் வரும். இதை ரத்த மூலம், சீழ் மூலம் என போலி மருத்துவர்கள் சொல்வார்கள். ஆனால் உண்மையான காரணம் என்னவாக இருக்குமென்றால், மூலத்திற்கும் அறிகுறிகளுக்கும் சற்றும் தொடர்பேயில்லாத நீடித்த குடல் அழற்சி எனப்படும் கிரான்ஸ் நோயாக இருக்கும்.

இந்த நோய் வருவதற்குப் பரம்பரையே முக்கிய காரணம் எனக் கருதப்படுகிறது. இந்நோய் லட்சத்தில் நூற்று ஐம்பது பேர் வரையில் காணப்படுகிறது. ஆனால் புண்ணாகும் வாய்ப்பு வெறும் எட்டுப் பேர் வரை மட்டுமே உள்ளது. பலருக்கு நோயின் பாதிப்பு வெளியே தெரிவது இல்லை. இந்நோயால் பதினைந்து முதல் முப்பத்தைந்து வயதுவரையுள்ளவர்களே அதிகமாக பாதிக்கப்படுகிறார்கள். ஆண்களை விட பெண்களே அதிகம் பாதிக்கப்படுகிறார்கள்.

பெருங்குடலில் வரும் அழற்சி நோயை இரண்டாகப் பிரித்துக் கொள்ளலாம். அவை: அழற்சி அல்லது வீக்கத்துடன் கூடிய குடற்புண்

கிரான்ஸ் நோய்

இவை இரண்டுமே நாட்பட்ட நிலையில் குடற் பகுதியில் தோன்றும் நோய்களாகும்.

குடலைச் சுற்றியுள்ள சவ்வுப்படலம் மற்றும் உட்புறச் சவ்வுப்படலம் ஆகியவற்றில் வீக்கமோ, அழற்சியோ, புண்ணோ இருந்தால் அது அழற்சி நோய் எனப்படும். குடல் சுவர் முழுவதுமே புண்ணாக இருந்தால் அதை கிரான்ஸ் நோய் என்கிறார்கள்.

நாட்பட்ட நிலையில் சிறுகுடலில் ஏற்படும் பாதிப்பின் தொடர்ச்சி

யாக பெருங்குடலில் ஏற்படும் அழற்சிப் புண் தான் கிரான்ஸ் நோய்.

இந்த நோயின்போது குழிப்புண்கள் உண்டாகும். புண்களால் பாதிக்கப்பட்ட பகுதியை ஆய்வு செய்து அகற்றிவிட முனைந்தாலும் அதன் பிறகே பிற இடங்களுக்கு இந்நோய் பரவி கொடிய விளைவு களை உண்டாக்கும்.

புண்கள் குணமடையும் சமயத்தில் வளரும் மணல் போன்ற முனை களுடன் திசுக்கள் இருப்பதால் ஆறி வரும் புண்கள் மீது கட்டிகளைப் போல உருவாகும்.

காரணம்

- பாரம்பரியம்
- நோய்த் தொற்று
- உடம்பிலுள்ள நோய் எதிர்ப்பு ஊக்கிகளின் தூண்டுதலால் உண்டாகும் கோளாறுகள்
- இரட்டைக் குழந்தைகளில் ஒருவராகப் பிறத்தல்
- பாக்டீயா, காளான் மற்றும் வைரஸ் போன்ற கிருமித் தொற்றுகள், பால் புரதம் ஒவ்வாமை
- மன அழுத்தம், திடீரென உணர்ச்சி வசப்படுதல்
- புகைப்பழக்கம்

போன்றவை இந்த நோய் ஏற்படுவதற்கான முக்கிய காரணங்களாகும்.

பெருங்குடல் அழற்சி

பாலிலுள்ள புரதம் ஒவ்வாமையின் காரணமாக 95% பேருக்கு மலக்குடலில் இப்பாதிப்பு ஏற்படுகிறது. இதனால் மலக்குடல் அழற்சி உண்டாகிறது. இது மேற் புறமாகப் பரவி, சிறுகுடலின் கடைசிப் பகுதியான இலியம் என்ற இடம்வரை பாதிப்பை உண்டாக்கும். இவ்விடங்களில் அழற்சி அதிக அளவில் காணப்படும்.

குடலின் உபசளிச்சவ்வுப் பகுதிக்கு இப்புண்கள் பரவினால் தசை இறுக்கம் ஏற்படுவதோடு, பார்ப்பதற்கு அவ்விடம் சுருக்கம் சுருக்க மாகத் தெரியும். இந்நோய் அளவுக்கு அதிகமாகும்போது புற்று நோயாக மாறக் கூடும். அறுபது வயதுக்கு மேற்பட்டோரிடையேதான் இந்நோயின் பாதிப்பு அதிகமாக இருக்கும்.

அறிகுறிகள்

தண்ணீர்போல பேதி இரவு பகல் முழுவதும் தொடர்ந்து ஏற்படும். பேதியில் மலத்துடன் ரத்தமும் கலந்து வரும். ஆரம்ப நிலையில் சொல்லிக் கொள்ளும் அளவுக்கு வலியில்லாத போதிலும், நோய் பரவும்போது கடுமையான வலி எடுக்கும்.

இடப்பக்கக் குடல் பகுதியில்தான் பாதிப்பு தீவிரமாக இருக்கும். இப்பகுதியில் புண்கள் தோன்றுவதால் தசை நார் வீக்கம் உண்டாகும். நீளவாக்கில் புண் வந்தால் குடல் குறுகி, அதிலுள்ள மடிப்புகள் மறைந்து உருளையான குழாய் போலக் காட்சியளிக்கும்.

உபசளிச்சவ்வு வரையில் நாட்பட்ட நிலையடைந்த நோயிருக்கு மானால் அச்சவ்வுப்படலம் காணாமல் போய், பொய்க்கழலைகள் தோன்றியிருக்கும். குறுக்குக் குடலில் விரிசலும், துளையும் உண்டாகும். நோயின் நச்சுத் தன்மையால் குடலில் விரிசல் உண்டாகும்.

இந்த நோய் கடுமையாக இருந்தால் என்ன ஆகும் தெரியுமா?

ஒரு நாளைக்கு ஆறு முறைக்கு மேல் ரத்தம் கலந்த பேதி, காய்ச்சல், நான்கு நாட்களில் குறைந்தது இரண்டு முறையாவது உடல் வெப்ப நிலை 37.5 அல்லது 37.7 டிகிரி சென்டிகிரேட் அளவுக்கு உயர்ந்து காணப்படும். மிகை ரத்த அழுத்தம், ரத்த சோகை, ரத்த சிவப் பணுக்கள் படியும் வேகம் அதிகரித்தல் ஆகியவை உண்டாகும்.

நோய் மிதமாக இருக்கும்போது, மிதமான பேதியில் குறைவான ரத்தம் கலந்து போதல், காய்ச்சலில்லாத நிலை, குறைந்த அளவில் ரத்த சோகை போன்றவை இருக்கும். ரத்த சிவப்பணுக்கள் படியும் வேகம் அதிகரிக்கும்.

நோயின் தொடர்ச்சியான மலக்குடல் அழற்சி உண்டாகி தினமும் இருபது முதல் முப்பது முறை பேதியால், நீர்ச் சத்து குறைதல், ரத்த சோகை, புரதக் குறைவு ஆகியவை உண்டாகும். இந்நோயின் தீவிரத்தால் முப்பது முதல் முப்பத்தைந்து வயதிலேயே புற்றுநோய் கூட தோன்றும் என்றால் பார்த்துக் கொள்ளுங்களேன்.

நோயின் தீவிரத்தைப் பொறுத்து மூட்டுவீக்கம், மூட்டு வலி, மூட்டு அழற்சி, கால் மூட்டு மற்றும் கணுக்கால் வலி, கை மற்றும் மணிக்கட்டுகளில் வலி ஆகியவை இருக்கும்.

இடுப்பு எலும்புகளில் வீக்கம், தண்டுவட அழற்சி ஆகியவையும், தோல் தடிப்பு, தசை அழுகல், சீழ்க் கொப்புளம், வாய்ப் பகுதியில் கொப்புளம், கல்லீரல் பாதிப்பு ஆகியவை உண்டாகும்.

கிரான்ஸ் நோய்

இந்த நோயை கிரான்ஸ் என்பவர் கண்டுபிடித்ததால் அவரது பெயராலேயே கிரான்ஸ் நோய் என்கிறார்கள். கிரான்ஸ் நோயின் பாதிப்பு மூன்று நிலைகளாகப் பிரிக்கப்படுகிறது.

1. இலியம் எனப்படும் கடைசி சிறுகுடல் மற்றும் பெருங் குடலும் சிறுகுடலும் சேரும் பகுதியான சீக்கம் ஆகியவற்றில் பாதிப்பு

2. சிறுகுடல் பாதிப்பு

3. பெருங்குடலை பாதிக்கும் கிரான்ஸ் நோய்

கிரான்ஸ் நோய் பதினேழு வயது வாக்கிலேயே வெளியே தெரிய ஆரம்பித்தாலும், பதினைந்து வயதிலேயே ஆரம்பித்து நாற்பது வயது வரையில் தீவிரமாகத் தெரியும். வாய், நாக்கு, உணவுக் குழாய், இரைப்பை, முன் சிறுகுடல் ஆகியவை பாதிக்கப்பட்டிருக்கும்.

புகைப்பழக்கம், மைக்கோ பாக்டீரியம் என்ற நுண்ணுயிரியின் பாதிப்பு போன்றவற்றால் அதிகரிக்கிறது.

இந்த நோயால் பத்து சதவீதத்தினருக்கு மூட்டு விறைப்பு, தண்டுவட எலும்பு அழற்சி உண்டாகிறது.

குடல் சுவர் முழுவதும் நீர்க் கோவையுடன் வீக்கம் உண்டாகி சுவர்கள் தடித்துக் காணப்படும். பொதுவாக வலி இருக்கும். குடல் அடைப்பு, ரத்தப் போக்கு, தோல் தடிப்பு, ஆசனவாய் அடைப்பு, மலம் கட்டுப்பாடின்றி தானாகக் கழிதல், சீழ்க்கட்டி ஆகியவை ஏற்படும். திசுக்களின் அழற்சியால் குறுகிய வளைவுகளுடன் சீழ்க் கட்டி உண்டாவதால் வயிற்றின் கீழ்ப்பக்கம் தொட்டாலே வலியிருக்கும்.

குமட்டல், வாந்தி, அதிகமான வயிற்று இரைச்சல், காய்ச்சல், பேதி, மலத்தில் ரத்தம் - சளி - சீழ் கலந்து வருதல் ஆகியவை இருக்கும். கொழுப்பு மலம் வெளியேறும். ஊட்டச்சத்து மற்றும் மருந்துகளை உட்கிரகிக்க இயலாது.

நோயாளிகள் ஊட்டச்சத்துக் குறைபாடு, எடை குறைவு, பசியின்மை, வளர்சிதை மாற்றக் கோளாறுகள் ஆகியவற்றால் பாதிக்கப்படு வார்கள். தீவிரமான குடல் வால் அழற்சியைப் போல் வலியிருக்கும்.

கிரான்ஸ் நோயானது பெருங்குடலைப் பாதித்திருக்கும் போது மலவாயில் நைவுப் புண்களும், விழுதுகள் போல நீர்க் கோர்வை யுடன் மலவாயைச் சுற்றி சீழ்க்கட்டி மற்றும் புரை ஓட்டைகளும் காணப்படும்.

சிறுகுடல், முன்சிறுகுடல் பகுதியில் கிரான்ஸ் நோய் அதிகமானால் நெஞ்சுக் குழியில் வலி, இரைப்பை மற்றும் முன் சிறுகுடலில் புண்

உண்டாகும்.

நாட்பட்ட நிலையிலான நோயின்போது பல மாதங்கள் வரையில் தொடர்ந்து பேதியாகலாம்.

குடலுக்கு வெளியே பாதிப்புகள்

சிறுநீர்ப் பாதையில் கல், சிறுநீரக நுண் குழல் அழற்சி, சிறுநீர்ப்பை அழற்சி, சிறுநீர் வடிகுழாய் அடைப்பு, சிறுநீரகத் தளர்ச்சி, சிறுநீரகத்தில் அமிலாய்டுகள் என்ற தாதுப் பொருட்கள் படிதல், குடல் அடைப்பு, சிறுநீருடன் குடல் வாயு பிரிதல், குடல் துளைகள், கல்லீரல் மற்றும் மண்ணீரல் வீக்கம், சிறுநீரில் அதிகமான கால்சியம் ஆக்சலேட் ஆகியவை இருக்கும்.

பரிசோதனைகள் மூலம் இந்த நோய் பாதிப்புகளைத் தீவிரமாகக் கண்டறிந்து அறுவை சிகிச்சை மேற்கொள்ள வேண்டும்.

14. பால்வினை நோய்களும் ஆசனவாய் பாதிப்பும்

இறுதியாகச் சிலவார்த்தைகள். இது மனம் விட்டுப் பேசும் கட்டம். மூலத்துக்கும் சில பால்வினை நோய்களுக்கும் பொதுவான அறிகுறிகள் பல உள்ளன. இதுதான் போலி மருத்துவர்களுக்கு பொன்முட்டையிடும் வாத்துகள்.

கற்பனையில் கூட நினைத்துப் பார்க்க இயலாத அளவுக்கு பாலியல் வக்கிரங்கள் தலைவிரித்தாடும் காலக் கட்டத்தில் வாழ்ந்து கொண்டிருக்கிறோம் என்ற கவலை சமூகத்தின் மீது அக்கறை கொண்ட ஒவ்வொருவர் உள்ளத்திலும் இருப்பது இயற்கை.

சமூக வக்கிரங்கள் இன்று நேற்றல்ல, வரலாற்றுக்கு முற்பட்ட காலத்திலிருந்தே நடைமுறையில் மக்கள் வாழ்க்கையில் பின்னிப் பிணைந்திருக்கிறது என்பதை பல்வேறு நூல்களிலுமிருந்து நம்மால் தெரிந்துகொள்ள முடிகிறது.

இயல்புக்குப் புறம்பான ஓரினச் சேர்க்கை, விலங்குகளிடம் உறவு வைத்துக் கொள்ளுதல், பிணங்களையே கற்பழித்தல், வாய் வழி உறவு கொள்ளுதல், ஆசனவாய்ப் புணர்ச்சி என பல்வேறு அவலங்கள் சமூகத்தில் திரை மறைவாய் இருந்த காலங்கள் மலையேறி, அவையெல்லாவற்றிற்கும் சட்டப்பூர்வமான அங்கீகாரங்களைக் கேட்டுப் போராடும் நிலை வந்திருக்கிறது. ஒரு சில நாடுகளில் இவையெல்லாம் சட்ட அங்கீகாரம் பெற்றிருக்கிறது என்பதும் கேலிக் கூத்து.

இத்தகைய அவலங்களால்தான் மனித வாழ்க்கையின் முதற் குறிக்கோள் உணவும், உடலுறவும் எனக் கூறும் அளவுக்கு வளர்ந்திருக்கிறது.

கஜுராகோ சிற்பங்களும், காம சூத்திர புத்தகங்களும் காதற்கலையை வளர்த்த காலங்கள் போய், இப்போது கையடக்கமான சி.டி.க்களிலும், கணினி வலைதளங்களிலும் விதவிதமான ஆபாசக் காட்சிகள், அத்துணையும் மக்களை குறிப்பாக இளைஞர்களை கெடுக்கும் வகையில் வெளிவருவதாக அறிய நேரிடுகிறோம்.

இவையெல்லாம் சமூகத்திற்கு மட்டுமின்றி மனித நலத்திற்கே கேடானவை என்பதை தற்போது பெருகி வரும் பாலியல் மரணங்கள் மூலம்கூட மக்கள் தெரிந்து கொள்ள முன்வருவதில்லை என்பதைப் பார்க்கும்போது வருத்தப்படாமல் என்ன செய்ய முடியும்.

பாலியல் தொழிலாளர்களால் வரும் பாதிப்புகள்

பாலியல் தொழிலாளர்களால் உலகின் மிகக் கொடிய நோயான எயிட்ஸ் முதல், மேகநோய், சிபிலிஸ், வெட்டை நோய், க்ளெமிடியா, ஹெர்ப்பஸ் சிமப்ளக்ஸ், பாப்பில்லோமா வைரஸ் தொற்று போன்ற கொடுமையான நோய்கள் பரவி வருகின்றன.

தற்போது ஓரினச் சேர்க்கையாளர்கள், இயல்புக்கு மாறான இருபால் சேர்க்கையாளர்கள் மற்றும் அலிகளுடன் சேர்க்கை செய்வோர் ஆகியோரால் ஆசன வாய்ப் பாலுறவு மூலம் பாலியல் நோய்கள் அதிகரித்து வருகின்றன.

சராசரியாக ஒவ்வொரு ஓரினச் சேர்க்கையாளரும் தமது வாழ்நாளில் சராசரியாக ஆயிரம் பேருடனாவது உறவு கொள்கிறார்கள் என்கின்றன ஆய்வுகள். இதை கே-பவல் சிண்ட்ரோம் (Gay Bowel Syndrome) என்கிறார்கள். இதனால் ஆசனவாய், மலக்குடல், பெருங்குடல் ஆகிய வற்றில் நோய்கள் ஏற்படுகின்றன. அவற்றுள் முக்கியமானவற்றைப் பார்ப்போம்.

மனித பாப்பில்லோமா வைரஸ்: மனித பாப்பிலோமா வைரஸ் காரணமாக வரும் பால் வினை நோயால் மறையுறுப்பு மருக்கள் ஏற்படுகிறது. இது ஓரினச் சேர்க்கையாளர்களில் ஆண்களிடத்தில் அதிகமாகக் காணப்படுகிறது. ரம்ப உரு வரிப்பள்ளத்திற்குக் கீழே தனியாகவோ, கொத்தாகவோ மருக்கள் காணப்படும். ரம்ப உரு வரிப் பள்ளத்தின் உட்புறம் முழுவதிலும் இத்தகைய மருக்கள் காணப்படும். வெள்ளை நிற எபிதீலிய புற அடுக்கானது டென்டேட் கோட்டைத் தாண்டியும் செல்லும். இந்த இடத்திலெல்லாம் மனித பாப்பிலோமா வைரஸ் காரணமாக புற்றுநோய் முன்னோடிச் செல்கள் அதிகமாகக் காணப்படும். இக்கிருமியால் பாதிக்கப்படுவோருக்கு புற்றுநோய் வரும் வாய்ப்பு மிக அதிகமாக இருக்கும்.

சிகிச்சை: அறுவை சிகிச்சை, குளிரூட்டி தீய்த்தல், லேசர் சிகிச்சை ஆகியவற்றின் மூலம் இவர்களுக்குத் தோன்றும் மருக்களை அகற்றலாம்.

க்ளெமிடியா: க்ளெமிடியா என்ற கிருமியால் தோற்றுவிக்கப்படும் இந்த நோயால் மலக்குடல் பாதிக்கப்படுகிறது. இதனால் ஆசன வாயில் வலி, நமைச்சல், சீழ்க்கட்டி, புரைப்புண், ரத்தக் கசிவு, மலக் குடல் சார்ந்த பிறப்புறுப்புப் பகுதிகளில் புரைப்புண், ஆசனவாய் வெடிப்பு போன்றவை வரும். இடுப்புக் குழிப் பகுதியிலுள்ள ரத்த நாளம் வீங்கும்.

சிகிச்சை: மருந்து மாத்திரைகள் மூலம் இந்நோயைச் சரிப்படுத்த சிகிச்சையளிக்க வேண்டும்.

ஹெர்ப்பீஸ் சிம்ப்ளெக்ஸ்: இதை சிறு அக்கி என்றும், ஹெர்ப்பீஸ் சாஸ்டர் நோயை பெரும் அக்கி என்றும் கூறுவார்கள். இந்த வைரஸ் கிருமிகள் காரணமாக நீர்க்கோப்பு, நச்சுப்பிணி, இரைப்பைக் குடற் கோளாறுகள், நமைச்சல், மாறுபட்ட நரம்பு உணர்விழப்பு, ஆசன வாய் வலி போன்றவை வரும். உதடுகள், நாசித் துறைகள், வாய், பிறப்புறுப்பு மற்றும் ஆசன வாய்ப் பகுதிகளில் சின்னச்சின்ன பொரிப்புகளாக சீழ்க்கொப்புளங்கள் வரும். இவை வெடித்து பக்குக ளாகும். இதனால் நோயாளிக்கு சிரமம் ஏற்படும். குறிப்பாக ஆசன வாய்ப் பகுதியில் உள்ள பக்குகளால் நோயாளிக்கு அதிக அசவு கரியங்கள் உண்டாகும். இவ்வாறே ஹெர்ப்பீஸ் சாஸ்டர் நோயின் போதும் நீர்க் கொப்புளங்கள் தோன்றி வெடித்து வளையம் போன்ற அமைப்பில் கட்டிகளாக மாறும். இதனால் ஆசனவாய்ப் பகுதியில் கடுமையான வலி உண்டாகும்.

சிகிச்சை: இதை மருந்து மாத்திரைகளால் குணப்படுத்தலாம். ஆசன வாய்க் கட்டிகளை அறுவை சிகிச்சை மூலம் அகற்றி விடலாம்.

மேக நோய்: இதை கிரந்தி என்றும் கூறுகிறார்கள். இதை ஸ்பைரோகிட் என்ற நுண்ணுயிரி உண்டாக்குவதாக 1905-ம் ஆண்டில் கண்டுபிடித் தார்கள். வெளிறிய நிறத்தில் காணப்படுவதால் இக்கிருமிகளை டிரிப்னிமா பெல்லிடம் என்று அழைக்கிறார்கள்.

இந்த நோய் பாலினப் புணர்ச்சியின்போது தொற்றுகிறது. தவிர, முத்த மிடுவதாலும், மேக நோயுள்ளவரின் குழந்தைக்குப் பாலூட்டு வதாலும், நோயாளியின் பொருட்களைப் பயன்படுத்துவதாலும் பரவுகிறது. இந்நோய் ஓரினச் சேர்க்கையாளர்களிடம் அதிகம் காணப் படுகிறது. இந்த நோயின்போது ஆசன வாயில் புண்ணும், வெடிப்பும் உண்டாகும். ஆசனவாய்ப் புண் வலிக்கும்.

மேக நோயில் மூன்று நிலைகள் உள்ளன. முதல் நிலையில் கெட்டிப் புண் தோன்றும். குறிப்பாக பிறப்பு உறுப்புகளின் சருமம் மற்றும் சிலேட்டுமப் படலம், ஆசன வாய்ப் பகுதி, அபூர்வமாக தொடைகள் மற்றும் பூப்புப் பகுதி, வயிறு போன்ற இடங்களில் காணப்படும்.

இரண்டாம் நிலைக் கட்டிகளில் பொரிப்புகளும், பருக்களும் தோன்றும். இவற்றிலிருந்து கசிவுகளும் இருக்கும். இதனால்தான் இந்த நோயாளிகள் விரைந்து நோயைப் பரப்ப வல்லவர்களாக இருக்கிறார்கள். இவர்களுக்குத் தோன்றும் கட்டிகளும் மிகப் பெரிய அளவில் இருப்பதோடு, ரத்த ஒழுக்கும், செதிலுரிதலும் இருக்கும்.

சிகிச்சை மேற்கொள்ளப்படாத நிலையில் மூன்றாம் நிலைக் கட்டிகள் உண்டாகின்றன. இந்த நிலையின்போது தசை, உள்ளுறுப்புகள், எலும்பு என அனைத்துப் பகுதியிலும் மேகக் கட்டிகள் தோன்றும். மூன்றாம் நிலையின்போது புரைப் புண்கள் உண்டாகி பெரிய அளவில் பாதிப்புகளை ஏற்படுத்தும்.

சிகிச்சை: ரத்தப் பரிசோதனை மேற்கொண்டு, துரிதமான சிகிச்சை அளிக்க வேண்டும். மருந்து மாத்திரைகள் மற்றும் களிம்புகளால் சிகிச்சையளிக்கலாம்.

கொனேரியா: இதை வெட்டைநோய் என்கிறார்கள். கலவியின்போது தொற்றும் இந்த நோயை கொனேகாக்கஸ் என்ற கிருமி பரப்புகிறது. சிறுநீர்த் தாரையின் முற்பகுதியை முதலில் பாதித்து நோயை துவக்குகிறது. இந்த நோயினால் சீழ்ப் பிடித்தல், அரிப்பு, எரிச்சல் போன்றவை உண்டாகும். இந்த நோய் பரவும்போது பெண்களில் யோனியில் இருந்து குதத்திற்குச் சீழ் சென்று மலக்குடல் வெட்டை நோய் உண்டாகும். இதனால் மலக்குடலின் சிலேட்டுமப் படலம் பாதிக்கப்பட்டு தடிமனான தழும்புகளும், மலச் சிக்கல் போன்ற கோளாறுகளும் உண்டாகும். கொனேரியா நோயின்போது ஆசன வாயில் வலி, மலம் கழிப்பது போன்ற உணர்வு, ஆசனவாயிலிருந்து மஞ்சள் நிறக் கசிவு ஆகியவை வரும்.

சிகிச்சை: களிம்புகள், எதிருயிரி மருந்துகள் போன்றவை மூலம் சிகிச்சையளிக்கலாம்.

எயிட்ஸ்: 1981-ல் அமெரிக்காவில் முதன் முதலாகக் கண்டு பிடிக்கப் பட்ட இந்த நோய்க்கு இந்தியாவிலும் அதிக எண்ணிக்கையில் வாடிக்கையாளர்கள் இருக்கிறார்கள். அதிலும் தமிழகமே முன்னோடி மாநிலமாக விளங்குகிறது என்கின்றன புள்ளி விவரங்கள். மனிதனில் நோய் எதிர்பாற்றலை உருவாக்கும் இம்மூன் எனப்படும தன்

தடுப்பாற்றல் அமைப்பைக் குலைத்து, நோயைப் பரப்பக்கூடிய எயிட்ஸ் வைரஸ்.

இந்த நோய் முதன் முதலில் ஓரினச் சேர்க்கையாளர்களிடம்தான் கண்டுபிடிக்கப்பட்டது. அதன் பின்னர் ஊசி மூலம் போதை மருந்து களைப் பயன்படுத்துவோர், ரத்தம் பெறுவோர், நோயால் பாதிக்கப் பட்டவரிடம் உறவு கொள்வோர் ஆகியோரிடம் இது பரவுவது கண்டுபிடிக்கப்பட்டது. எயிட்ஸ் நோய் உடலின் நோய் எதிர்ப் பாற்றலை குலைத்து விடுவதால் காசநோய், பூஞ்சை நோய்கள், பல்வேறு வைரஸ் நோய்கள், கடுமையான வயிற்றுப் போக்கு, மலச் சிக்கல் போன்றவை ஏற்படுகின்றன.

பால்வினை நோய்களால் வரும் ஆசனவாய் ஆபத்து

லத்தீன் மொழிச் சொல்லில் காதல் கடவுளுக்கு வீனஸ் என்று பெயர். இந்த பெயரால் வெனீரியல் டிசீஸ் என அழைக்கப்படுகிறது பால்வினை நோய். இயல்பற்ற முறையில் கலவி செய்வதால் நோய்தொற்று உண்டாவதோடு, ஆசனவாயின் சுருக்குத் தசையான ஸ்பிங்டர் தசை தனது சுருக்குத் தன்மையை இழந்து விடுகிறது. இதனால் தடையற்ற மலக்கழிவு உண்டாகிறது. இதை அறுவை சிகிச்சை மூலம்தான் சரி செய்ய இயலும். ரத்த நாள வீக்கங்கள் ஏற்படுவதால் தேவையில்லாமல் மூலநோய் போன்ற தொல்லை களும் ஏற்படுகின்றன.

15. கேள்வி – மூலம், பதில் – நிம்மதி

மலம் கழிக்கும்பொழுது மூலக்கட்டிகள் போலத் தென்படுகின்றன. ஆனால் மலம் கழித்த பின்னர் சரியாகி விடுகிறது. இது மூலமா?

மலம் முக்கிக் கழித்தால் அனைவருக்கும் ஏனல் குஷன் கையில் தட்டுப்படுவது இயல்பு. இது மூலநோய் அல்ல.

மலம் கழிக்கும்பொழுது மூலக்கட்டிகள் தோன்றுகிறது. பத்து நிமிடம் கழிந்த பின்னர் தானாக உள்ளே செல்கிறது. மருத்துவரை அணுகினால் ஆசனவாய் நன்றாக உள்ளது என்று கூறுகின்றனர். காரணம் என்ன?

ஆசன வாயில் ஸ்பிண்டர்கள் அதிக அழுத்தமாக இருந்தால் சாதாரண ஏனல் குஷன்கள் வெளி வந்து உள்ளே செல்வதற்கு சிறிது நேரமாகும். இதனை பரிசோதனையில் அறியமுடியாது. எனிமா கொடுத்து மலம் வெளியேறிய பிறகு பரிசோதனை மேற்கொண்டால் இந்நிலை யினைக் கண்டறியலாம்.

எனக்கு ஆஸ்துமா நோயுள்ளது. மூலநோயும் உள்ளது என்ன செய்யலாம். மயக்க மருந்து கொடுப்பது ஆபத்து எனக் கூறுகிறார்கள். அப்படி யானால் எப்படித்தான் சிகிச்சை மேற்கொள்வது?

சாதாரணமாக இருமினாலே உதரவிதானப் பகுதியில் அழுத்தம் கொடுத்து இரும வேண்டியிருக்கும். இந்நிலையில் போர்ட்டல் சிரைகளில் அழுத்தம் ஏற்படும். ஆஸ்துமா நோயாளிகள் தொடர்ந்து இருமும்பொழுது இந்த அழுத்தம் அதிகமாகி ஆசனவாய்ச் சிரைகளில் அழுத்தம் அதிகமாகி மூலக் கட்டி வெளியில் வரும். அதில் ரத்த

ஒழுக்கும் உண்டாகும். ஆஸ்துமா நோயாளிக்கு மயக்க மருந்து கொடுத்து அறுவை சிகிச்சை செய்வது கடினமாக இருந்தால் செங்கதிர் லேசர் சிகிச்சை முறையில் சிகிச்சை அளிக்கலாம்.

அறுவை சிகிச்சையை அவசியம் செய்து கொள்ளத்தான் வேண்டுமா? எப்போது தவிர்க்கலாம்?

மூலநோயின் பாதிப்பு முதல் இரண்டு நிலைகளில் இருக்கும்போது செங்கதிர் லேசர் முறையில் சிகிச்சை அளித்து குணமாக்கலாம். ஆசன வாயை விட்டு வெளியே வந்து விட்ட மூன்றாவது மற்றும் நான்காவது டிகிரி மூலங்களை கலப்பு முறை சிகிச்சையான வளையமிடுதல், ஊசி வழிச் சிகிச்சை மற்றும் லேசர் சிகிச்சை ஆகிய வற்றை இணைத்து பல நோயாளிகளை குணமாக்கியிருக்கிறோம். இது முடியாத தருவாயில் அந்த இடத்தில் மட்டும் உணர்விழப்பு ஏற்படுத்தி அறுவை சிகிச்சை செய்யலாம்.

அறுவை சிகிச்சையை தவிர்க்க வேண்டிய தருணம்?

நீண்ட நாட்கள் குடலழற்சி நோய், குடற்புண், குடல் பகுதியில் காசநோய் பாதிப்பு ஆகியவற்றின்போது அறுவை சிகிச்சை செய்வதை தவிர்க்க வேண்டும். மேற் சொன்ன காரணங்களை முதலில் சரிப்படுத்திவிட்டு அதன் பிறகே அறுவை சிகிச்சை செய்ய வேண்டும். எச்.ஐ.வி. பாதிப்பு உள்ளவர்கள் கூட அறுவை சிகிச்சை செய்து கொள்ளலாம்.

ஆனால் நோய் முற்றிய நிலையில் இருந்தால் இத்தகைய சிகிச்சையை தவிர்க்க வேண்டும். நோயாளிக்கு நோய் எதிர்ப்புச் சக்தி குறைவாக இருப்பதால் காயம் விரைவில் ஆறாது. இவர்களுக்கு மலச் சிக்கலும், சளிச்சவ்வு அழற்சியும், பெரிய அளவில் மூலக் கட்டிகளும், சளிச்சவ்வில் புண்ணும் வருகின்றன. இவற்றை அறுவை செய்யலாமா என்பதை மருத்துவரே தீர்மானிக்க வேண்டும்.

அறுவை சிகிச்சை செய்யும் முன்பு நோயாளிக்கு பூஞ்சைக் காளான் தொற்றுக்கள் ஏதேனும் இருக்கின்றனவா என்பதைக் கண்டறிந்து முதலில் அதை நீக்க வேண்டும்.

கர்ப்பக் காலத்தில் மூலக் கட்டி இருந்தால் அதிக பாதிப்பு ஏற்படும். பிள்ளைப் பேறுவரை பொறுத்திருந்து அதன் பிறகு செய்து கொள்வதே நல்லதுது. எதிர்காலத்தில் கருத்தரிக்க நேர்ந்தாலும் இத்தகைய மூல நோய் பிரச்னை வரும். ஒரு முறை பெற்ற அனுபவத்திலிருந்தே எச்சரிக்கையாக நடந்து மூலநோய் வராமல் தவிர்க்க வேண்டும்.

காசநோயும், மூலநோயும் உள்ளது, என்ன செய்யலாம்?

காசநோய் உள்ளவர்கள் உள் மூலம் தவிர மற்ற நோய் நிலைகளுக்கு காசநோயை சரி செய்த பின்னர் சிகிச்சை மேற் கொள்ளலாம். அதற்கு முன்னால் சிகிச்சையளிப்பது சிறப்பானதாக இருக்காது. காசநோய் இருந்தாலும் ரத்தப் போக்கு அதிகமாக இருந்தால் அதைக் கட்டுப் படுத்தி மூல நோயை சரியாக்க செங்கதிர் லேசர் சிகிச்சையளிக்கலாம்.

எயிட்ஸ் நோய் உள்ளவர்களுக்கு மூலத்தினால் வரும் பாதிப்புகள் என்ன?

மருக்கள், ஆசனவாயைச் சுற்றிலும் புண்கள், சிரை வீக்கம், தொடர்ந்து பேதியாவதால் ஸ்பிண்டரில் தளர்ச்சி, ஆசனவாயில் புற்றுநோய் போன்ற பாதிப்புகள் வரும்.

மூலநோயாளிகள் உடலுறவு கொள்ளும்போது ஏதேனும் தொந்தரவு இருக்குமா?

இருபால் சேர்க்கையின்போது எந்த தொந்தரவும் அதிகம் இருக்காது. கட்டி வெளியே வந்தால் ரத்தக் கசிவு போன்ற அசவுகரியங்கள் இருக்கும். சில நேரங்களில் வலி குறிப்பாக பெண்ணுக்கு அதிகமாக லாம். நமைச்சலும் வலியும் மலம் கழிப்பதைப் போன்ற உணர்வும் தொடர்ந்து கொண்டிருந்தால் தாம்பத்தியத்தில் முழுமையாக ஈடுபட முடியாது அல்லவா?

ஆசனவாய் வெடிப்பு இருந்தால் வலி தொடர்ச்சியாக இருக்கும். இதனாலும் உடலுறவில் நாட்டம் இருக்காது. புரைப்புண்ணில் சீழ்க்கசிவு இருப்பதால் பிறப்புறுப்புகளில் நாற்றம் வீசும். இது உடலுறவில் ஏற்படும்போது அருவருப்பை உண்டாக்கும்.

மூலநோய்க்கு பன்றி இறைச்சி, நத்தைக் கறி சாப்பிட்டால் சரியாகும் என்று சொல்கிறார்களே உண்மையா? மூலநோயாளிகள் எந்த உணவு களை சாப்பிடலாம்?

மூலநோய்க்கு பன்றி இறைச்சி மற்றும் நத்தைக் கறி சாப்பிடச் சொல்வதெல்லாம் மூடத்தனம். நத்தையிலுள்ள புழுக்கள் உடலில் தொற்றி தேவையில்லாத பாதிப்புதான் உண்டாகும். இதேபோல பன்றிகளின் வார்ப் பகுதியில் உள்ள தட்டைப் புழுக்கள் குடலில் தொற்றினால் நோய் தான் வரும். இது தொடர்ச்சியாக ஊட்டச் சத்துக் குறை, ரத்த சோகை போன்ற நோய்கள் வரும். நார்ச்சத்து நிறைய உள்ள பழங்கள், காய்கறிகளை சாப்பிடுங்கள்.

குழந்தைகளுக்கு மூலநோய் வருமா?

குழந்தைகளுக்கு மூலநோய் வருவது மிக அரிது. ஆனால் பாலிப் எனப்படும் விழுதுக்கட்டி வரும். இது மலக் குடல் முதல் ஆசனவாய் வரையிருக்கும். மலம் கழிக்கும் போது கட்டி போல வெளியே வரும். பிறகு உள்ளே போய் விடும். இந்த நோயிலும் ரத்தக் கசிவு இருக்கும். இதை அறுவை சிகிச்சையின் மூலம் சரிப்படுத்தி விடலாம்.